SCIENTOLOGY
NHỮNG NGUYÊN TẮC CĂN BẢN
CỦA TƯ DUY

San Jose

Aug 25, 2015

Hi Chuyên!

- True friendship is when you walk
  into their house and your wifi
  connects automatically.

- Life without friends is like life
  on a desert island...to find one
  real friend in a lifetime is good fortune

Love

Tenaythain

SCIENTOLOGY
NHỮNG NGUYÊN TẮC CĂN BẢN CỦA TƯ DUY

L. RON HUBBARD

Publications, Inc.

NHÀ XUẤT BẢN
HUBBARD®

Bridge Publications, Inc.
5600 E. Olympic Boulevard
Commerce, California 90022

ISBN 978-1-4031-5453-8

VIETNAMESE – SCIENTOLOGY: THE FUNDAMENTALS OF THOUGHT

L Ư U Ý Q U A N T R Ọ N G

Khi đọc cuốn sách này, tuyệt đối không bao giờ bỏ qua một từ nào mà bạn không hiểu đầy đủ. Lý do duy nhất một người bỏ học, trở nên bế tắc hoặc không có khả năng học là vì người đó đã bỏ qua một từ không hiểu.

Tình trạng bế tắc hoặc không có khả năng hiểu thấu, không có khả năng học xảy ra SAU từ mà người đó không định nghĩa được và không hiểu. Có thể không chỉ là những từ mới và ít dùng bạn mới cần tra từ điển. Một số từ thường dùng cũng có thể bị định nghĩa nhầm và vì thế gây bế tắc.

Dữ kiện không bỏ qua một từ không định nghĩa được là thực tế quan trọng nhất trong toàn bộ chủ đề học tập. Mỗi môn học mà bạn bắt đầu rồi bỏ dở đều có những từ ngữ mà bạn không định nghĩa được.

Vì vậy, khi học cuốn sách này, cần hết sức chắc chắn không bao giờ bỏ qua một từ nào mà bạn không hiểu đầy đủ. Nếu cuốn sách trở nên lẫn lộn hoặc có vẻ như bạn không hiểu nổi những điều đang đọc thì ngay trước đó có một từ bạn chưa hiểu. Đừng đọc tiếp mà quay lại TRƯỚC đoạn bạn gặp rắc rối, tìm từ hiểu nhầm và tra định nghĩa của từ đó.

BẢNG CHÚ GIẢI

Để giúp bạn đọc hiểu cuốn sách, L. Ron Hubbard đã yêu cầu các biên tập viên cung cấp một bảng chú giải. Bảng chú giải này nằm trong phần phụ lục: *"Bảng chú giải từ, ngữ và thuật ngữ của biên tập viên"*. Từ ngữ đôi khi có nhiều nghĩa. *Bảng chú giải của biên tập viên* chỉ đưa ra định nghĩa mà từ đó dùng trong đoạn văn. Các định nghĩa khác có thể tìm thấy trong các từ điển ngôn ngữ tiêu chuẩn hoặc từ điển Dianetics và Scientology.

Nếu bạn thấy bất kỳ từ nào khác mà mình không biết, bạn hãy tra các từ đó trong một cuốn từ điển tốt.

$\mathcal{L}$ỜI TỰA

$\mathcal{C}$uốn sách mỏng này là bản tổng kết ngắn gọn kết quả của năm mươi ngàn năm con người tư duy. Những tài liệu mang lại các kết quả này (do chính L. Ron Hubbard nghiên cứu và sàng lọc trong gần một phần tư thế kỷ) đã đưa các ngành khoa học nhân văn, vốn bị các ngành "khoa học chính xác" bỏ xa, đến trạng thái ngang bằng (nếu không phải là vượt trội) với vật lý học, hóa học và toán học.

Ông Hubbard (người Mỹ) đã từng học vật lý hạt nhân tại trường đại học George Washington của thủ đô Washington DC trước khi bắt đầu những nghiên cứu về tâm trí, linh hồn và sự sống. Điều này lý giải tính chính xác toán học của ngành triết học mang tính tôn giáo Scientology.

Những điều mà cả ngàn trường đại học và các quỹ tài trợ nghiên cứu đã cố công thực hiện với chi phí hàng tỷ đô la này đã được hoàn tất lặng lẽ ở đây.

Đây *là* vấn đề sự sống vận động như thế nào. Đây *là* vấn đề làm thế nào để thay đổi những người đàn ông, phụ nữ và trẻ em thành những người tốt hơn.

Sử dụng hay phớt lờ tài liệu này rất có thể quyết định việc Con người dùng hay không dùng bom nguyên tử. Scientology đang chiến thắng trong lĩnh vực này rồi. Vào cùng một thời điểm lịch sử, hai trong số những sức mạnh có ảnh hưởng sâu rộng nhất mà Con người từng biết đã đến độ chín muồi, đó là: Kiến thức về bản thân và những người khác dùng Scientology; và biện pháp hủy diệt chính bản thân và tất cả những người khác bằng hạt nhân phân hạch. Sức mạnh nào sẽ thắng phụ thuộc rất nhiều vào việc bạn sử dụng Scientology đến mức độ nào.

Chỉ cần được trang bị bằng cuốn sách này không thôi, một người học Scientology có thể bắt đầu thực hành và thực hiện những điều dường như là phép lạ để thay đổi trạng thái sức khỏe, khả năng và trí thông minh của mọi người.

Kiến thức về các vấn đề đó trước đây chưa hề có và Con người trước đây cũng chưa từng đạt được các kết quả như vậy, song nghiên cứu tập sách vắn tắt này bạn sẽ đạt được những kiến thức và kết quả ấy.

Đưa cuốn sách này cho một người đang gặp khó khăn, một người có bản tính ưa tìm hiểu, một người có bạn bè đang mong mỏi được sống tốt hơn, rồi để người ấy đọc kỹ cuốn sách này và áp dụng những điều đọc được. Kết quả sẽ là những thay đổi và cuộc sống tốt đẹp hơn.

Scientology ngày nay có mặt trên khắp thế giới, hiện diện trên mọi châu lục với hàng trăm triệu cuốn sách lưu hành.

Chúng tôi tin rằng bạn sẽ thấy cuốn sách này hữu ích và hy vọng bằng việc giao cuốn sách này vào tay bạn, bạn và nhiều người khác sẽ sống tốt đẹp hơn.

LƯU Ý VỀ
CÔNG TÁC DỊCH THUẬT:

Nội dung
của cuốn sách này được
sắp xếp sao cho khi cuốn sách
dịch trọn vẹn sẽ chuyển tải những điều cơ
bản của Scientology tới mọi ngôn ngữ mà
không bị gián đoạn hoặc có những thay đổi có hại.
Khó khăn trong công tác dịch thuật thể hiện rõ ràng
nhất khi yêu cầu một người chưa có kinh nghiệm lâu
năm trong Scientology dịch Scientology. Bản dịch
không dựa trên kinh nghiệm sẽ bị những hiểu biết sai
của dịch giả bóp méo và khi đưa bản dịch đến tay
người đọc để sử dụng hoặc nghiên cứu bằng ngôn
ngữ đó, người đọc đã bị mất đi phần lớn tính chính
xác của Scientology. Vì thế, để đảm bảo ý nghĩa
chính xác, tất cả các từ và một số ngữ có khả
năng gây ra thắc mắc trong công
tác dịch thuật đều có từ
đồng nghĩa đi kèm.

Mục lục

Lời tựa   vii

*L*ời nói đầu   1

*H*ỏi đáp scientology   5

PHẦN MỘT: *Những nguyên tắc cơ bản*

Chương một
*N*HỮNG NGUYÊN TẮC CƠ BẢN   15

Chương hai
*C*HU TRÌNH HÀNH ĐỘNG   21

Chương ba
*C*ÁC ĐIỀU KIỆN CỦA TỒN TẠI   31

Chương bốn
*T*ÁM ĐỘNG LỰC   37

Chương năm
*T*AM GIÁC A-R-C   45

Chương sáu
*L*Ý DO TẠI SAO   53

Chương bảy
*C*ÁC PHẦN CỦA *C*ON NGƯỜI   65
    LINH HỒN   66
    TÂM TRÍ   67
    CƠ THỂ   73
    PARA-SCIENTOLOGY   76
    KIỂM SOÁT   78

Chương tám
*C*HỦ ĐỘNG VÀ "KIẾN THỨC"   85
    VĂN MINH VÀ MAN RỢ   94

Chương chín
*B*IẾT VÀ "KHÔNG BIẾT"   101

Chương mười
*M*ỤC TIÊU CỦA *S*CIENTOLOGY   107

P HẦN HAI: *Quy trình ứng dụng Scientology*

Chương mười một

QUY TRÌNH ỨNG DỤNG SCIENTOLOGY 113
BỘ LUẬT AUDITOR 115
BỘ LUẬT CỦA NHÀ SCIENTOLOGY 116

Chương mười hai

THỰC THỂ TÍNH, "LÀM" VÀ "CÓ" 121
THỰC THỂ TÍNH = NHÂN DẠNG 121
NHÂN DẠNG VÀ SỰ CHÚ Ý 123
CÁC HÓA TRỊ 124
CÁC NHÂN DẠNG - CÁC HÓA TRỊ 124
"LÀM" = ẢNH HƯỞNG 125
"CÓ" 127
ẢNH HƯỞNG VÀ "CÓ" 127
CÁC VẤN ĐỀ 128

Chương mười ba

TÍNH TỰ QUYẾT VÀ TÍNH QUYẾT ĐỊNH BAO TRÙM 133
TÍNH TỰ QUYẾT 133
TÍNH QUYẾT ĐỊNH BAO TRÙM 133

Chương mười bốn

CÁC ĐIỀU KIỆN CÓ CUỘC CHƠI VÀ KHÔNG CÓ CUỘC CHƠI 139
LÝ DO 139
QUY LUẬT 139
CÁC YẾU TỐ CỦA CÁC CUỘC CHƠI 140
CÁC ĐIỀU KIỆN CÓ CUỘC CHƠI 141
CÁC ĐIỀU KIỆN "KHÔNG CÓ CUỘC CHƠI" 141

Chương mười lăm

AUDITING: CÁC THỦ TỤC VÀ CÁC QUY TRÌNH 147
CÁC ĐIỀU KIỆN CỦA AUDITING 147
CÁC THỦ TỤC AUDITING 148
CÁC QUY TRÌNH CHÍNH XÁC 149
SỬ DỤNG CÁC QUY TRÌNH 160
AUDITING: NHỮNG ĐIỀU CẦN TRÁNH 162

Lời bạt

TƯƠNG LAI CỦA SCIENTOLOGY 169

PHỤ LỤC

ĐỌC THÊM 173
ĐỊA CHỈ 180
BẢNG CHÚ GIẢI TỪ, NGỮ VÀ THUẬT NGỮ CỦA BIÊN TẬP VIÊN 185
BẢNG CHÚ DẪN 223

$\mathcal{L}$ỜI NÓI ĐẦU

$\mathcal{S}$cientology và các nhà Scientology không phải là những nhà cách mạng. Họ là những nhà hoạt động tiến bộ. Họ không ủng hộ các hoạt động lật đổ. Họ ủng hộ hoạt động cải thiện những gì chúng ta đang có.

Scientology không mang tính chính trị. Khi những ngọn lửa của hệ tư tưởng đe dọa thiêu hủy chúng ta, đó là lúc quên đi chính trị và tìm kiếm lẽ phải.

Nhiệm vụ của Scientology không phải là xâm chiếm, mà là mang lại nền văn minh. Đó là cuộc chiến với tình trạng ngu dốt – tình trạng ngu dốt đã dẫn chúng ta tới Cuộc chiến tranh cuối cùng của tất cả mọi người.

Đối với nhà Scientology, tình trạng man rợ thực sự của trái đất chính là *tình trạng ngu dốt*. Chỉ khi lún trong bùn nhơ đen ngòm của dốt nát, những mâu thuẫn phi lý của hệ tư tưởng mới bắt đầu nảy mầm.

Đối với nhà Scientology, chính quyền là thực thể của lý lẽ và tất cả các vấn đề của chính quyền đều có thể giải quyết bằng lý lẽ.

Có lẽ ngày hôm qua ta còn có thể lợi dụng dốt nát nhằm đạt được lợi ích viển vông. Có thể ngày hôm qua ngành nghiên cứu tâm trí và lý lẽ còn là một thứ chỉ dành cho một chiều mùa hạ. Có lẽ cũng trong cái ngày hôm qua ấy một người trong số chúng ta vẫn còn có thể vô trách nhiệm và vẫn còn có thể căm ghét.

Nhưng đó là ngày hôm qua. Còn ngày hôm nay, cái dốt bị lợi dụng, thái độ tài tử đối với kiến thức hiện có, lời từ chối chấp nhận vai trò mình là thành viên có trách nhiệm của loài người, có thể sẽ bị trừng phạt trong tiếng nổ như sấm, thiêu cháy mọi thứ của bom Hyđrô phóng ra bởi những kẻ mà trí thông minh và tài lãnh đạo không đủ khả năng mang lại giải pháp tốt hơn. Những kẻ dốt nát bầu ra những nhà lãnh đạo dốt nát. Và chỉ có những nhà lãnh đạo dốt nát mới dẫn đến chiến tranh, mà lần này sẽ là cuộc chiến tranh mang lại cho trái đất sự câm lặng vĩnh viễn .

Khi người thân, bạn bè của bạn, nhà cửa, con cái, tài sản và toàn bộ tương lai của họ nằm chết trên con phố phóng xạ, chúng ta sẽ không còn thì giờ mà ước giá mình làm việc chăm chỉ hơn, giá mình không dễ bị khuyên can đến thế khi kiên quyết thúc đẩy các lý lẽ của chúng ta. Những bản sao của cuốn sách này, nếu bạn *không* phân phát, cũng sẽ nằm ở đó.

Một số người nói rằng họ không sợ chết cho đến nửa đêm khi cái chết gần kề. Lúc ấy họ sẽ nói khác.

Những kẻ tấn công vào tác phẩm này từ cái giếng đen ngòm nào đó của tình trạng mất phương hướng về hệ tư tưởng, tình trạng đê hèn phản xã hội, là nhắm vào trái tim Con người, bởi Con người đã từ lâu bước trên con đường tới lẽ phải và Scientology có thể đưa Con người đến đó.

Thời gian trái đất không có nhiều. Chúng ta phải hành động.

Tội phạm là dốt nát và ngu xuẩn. Dốt nát và ngu xuẩn do đó có thể gọi là tội phạm.

Hãy làm cho Con người gác bỏ lòng căm ghét và lắng nghe. Tự do thoát khỏi dốt nát ở trong tầm tay. Có lẽ *đó* là Vương quốc Thiên đường.

Thời gian trái đất không có nhiều để truyền bá kiến thức này.

Đây *chính* là giải pháp cho tình trạng man rợ của chúng ta mà vì tình trạng ấy chúng ta sẽ mất tất cả.

Scientology có hiệu quả. *Chúng ta* phải hành động, tất cả chúng ta, không phải là để hô hào Con người hướng tới những nền tự do bất khả thi, mà là để làm cho Con người đủ văn minh đến mức đáng được hưởng tự do của mình.

Đã đến lúc Con người phải trưởng thành. Đó là những gì chúng ta luôn nhớ. Bởi không thể không có tiếng khóc than trong đêm, nơi tình trạng ngu dốt, tư tưởng bè phái, lòng thù hận và thói lợi dụng được thỏa mãn bằng thứ vũ khí tàn ác nhất và tối hậu trong mọi loại vũ khí: bom Hydrô.

Không thay đổi tôn giáo của bất cứ ai, chẳng thay đổi chính kiến của bất cứ người nào, không xâm phạm chủ quyền của bất cứ quốc gia nào. Thay vào đó là dạy Con người biết sử dụng những gì Con người có và những gì Con người biết để lần đầu tiên thực sự sáng tạo ra nền văn minh trên trái đất trong *mọi* quan hệ chính trị.

Và vì vậy chúng ta hành động.

HỎI ĐÁP
SCIENTOLOGY

Scientology là gì?

Scientology bao trùm và nghiên cứu giải quyết khả năng của con người.

Thuật ngữ "Scientology" lấy từ tiếng La Tinh "scio" (biết, biết nghĩa đầy đủ nhất của từ) và từ Hy Lạp "logos" (nghiên cứu về). Scientology được định nghĩa thêm là "ngành nghiên cứu và giải quyết linh hồn trong quan hệ với chính nó, các vũ trụ và sự sống khác".

Dianetics là công trình mở đường và là nhánh nghiên cứu của Scientology. "Dianetics" là từ tiếng Hy Lạp "dia" (thông qua) và "nous" (tâm trí hoặc hồn). Dianetics có nghĩa là "phần hồn làm gì với phần xác".

Cả Dianetics và Scientology đều không nên bị nhầm lẫn với tâm lý học "hiện đại". Bộ môn tâm lý học có thể chấp nhận được hơn và bình thường hơn (chẳng hạn như bộ môn tâm lý học do Saint Thomas Aquinas khởi xướng và được nhiều tác giả thời sau mở rộng) đã bị gián đoạn nghiêm trọng (vào năm 1879) bởi giáo sư Wundt, người theo chủ nghĩa Mác tại đại học Leipzig của Đức. Vị này quan niệm rằng Con người là một loài động vật không có linh hồn và đặt toàn bộ công trình của mình trên nguyên tắc rằng không hề có *tâm lý (psyche)* [từ Hy Lạp nghĩa là "linh hồn"]. Tâm lý học – "ngành nghiên cứu linh hồn" – sau đó đã bước lên một vị trí kỳ quặc là "ngành nghiên cứu linh hồn nhưng lại *phủ nhận* linh hồn". Trong các thập kỷ sau đó, "tâm lý học" trường phái Wundt được giảng dạy rộng khắp thế giới. Bộ môn này dạy rằng Con người là động vật. Bộ môn này dạy rằng Con người không thể trở nên tốt hơn. Bộ môn này dạy rằng trí thông minh không bao giờ thay đổi. Bộ môn này – tâm lý học trường phái Wundt – trở thành chuẩn mực chủ yếu bởi sự lãnh đạm và tình trạng thiếu kiến thức của những người quản lý các trường đại học.

Scientology thật ra là một ngành tâm lý học *mới* nhưng hết sức cơ bản theo đúng nghĩa chính xác nhất của từ này: "ngành nghiên cứu linh hồn". Nó có thể thay đổi và thay đổi được hành vi cũng như trí thông minh. Scientology có thể giúp và giúp được mọi người trong việc nghiên cứu về cuộc sống. Không giống như bộ môn "tâm lý học giả mạo" trường phái Wundt, Scientology không hề có tham vọng chính trị. Scientology không dạy duy vật biện chứng (học thuyết của chủ nghĩa Mác cho rằng mọi thứ đều là vật chất, kể cả tâm trí và linh hồn) dưới tiêu đề "tâm lý học". Từ hàng ngàn năm nay, đã thành truyền thống, ngành nghiên cứu về linh hồn và tất cả các vấn đề về tâm linh đúng ra phải thuộc về tôn giáo.

Scientology (khi sử dụng bởi người đã được đào tạo cũng như chưa được đào tạo) có thể giúp nâng cao sức khỏe, trí thông minh, khả năng, hành vi, kỹ năng và diện mạo của mọi người.

Ngành triết học mang tính tôn giáo Scientology là một ngành chuẩn xác và đúng đến từng chi tiết, được sắp đặt cho thời đại khoa học chính xác.

Scientology được *auditor* (người thực hành Scientology) vận dụng. Từ "auditor" có nghĩa là "người nghe, thính giả".

Auditor áp dụng bộ *quy trình* (các bài luyện và các bước ứng dụng) đối với các cá nhân, các nhóm người lớn hoặc nhỏ trước sự hiện diện của những người này. Auditor yêu cầu những người này (theo lựa chọn của họ) thực hiện các bước ứng dụng (các quy trình) khác nhau và các bước ứng dụng này mang lại những chuyển biến tích cực về trí thông minh, hành vi và năng lực chung.

Scientology còn được các doanh nghiệp và nhân viên chính phủ vận dụng nhằm giải quyết các vấn đề và thiết lập tổ chức của họ tốt hơn.

Scientology cũng được những người bình thường vận dụng để mang lại trật tự tốt đẹp hơn cho cuộc sống.

Scientology được ứng dụng như thế nào?

Scientology được *auditor* (người nghe, thính giả) vận dụng dưới hình thức là một bộ bài luyện (các bước ứng dụng, các quy trình) đối với cá nhân hoặc các nhóm lớn hoặc nhỏ. Scientology cũng được dùng làm bộ môn giáo dục (giảng dạy).

Một điều cho thấy là mọi người có thể được *làm quy trình* (luyện tập) trong Scientology dùng các bước ứng dụng Scientology, có thể khỏi được rất, rất nhiều bệnh tâm thể (các bệnh do tâm trí hoặc linh hồn gây ra), có thể trở nên sáng dạ hơn, lanh lợi hơn cũng như có năng lực hơn. *Song* nếu những người này *chỉ* được làm quy trình không thôi, họ sẽ có khuynh hướng bị áp đảo hoặc bị làm cho mất bình tĩnh. Cho dù những người này có thể trở nên sáng dạ hơn và có năng lực hơn, họ vẫn bị tình trạng dốt nát của cuộc sống buộc phải phục tùng.

Bởi vậy, tốt hơn nhiều là nên dạy *và* làm quy trình (làm quy trình ứng dụng, luyện tập) cho người đó thay vì chỉ làm quy trình không thôi. Nói cách khác, ứng dụng tốt nhất của Scientology là thông qua quy trình ứng dụng và giáo dục trong Scientology. Làm theo cách này sẽ không hề bị mất cân bằng.

Thật thú vị là mọi người chỉ cần học Scientology là trí thông minh, hành vi và năng lực của họ có thể khá lên một chút. Theo kiểm nghiệm thực tế, bản thân việc học này đã mang tính trị liệu rồi.

Scientology còn được các doanh nghiệp và các nhà lãnh đạo quốc gia ứng dụng để thiết lập và nâng cao tổ chức của mình.

Scientology cũng được cá nhân sử dụng tại nhà hoặc ở chỗ làm nhằm tạo nên một cuộc sống tốt đẹp hơn.

Một người có thể sử dụng Scientology mà không cần học mấy không?

Scientology được đông đảo những người chưa hề qua đào tạo chính thức ngoài học qua sách thực hành trong đời sống hàng ngày. Scientology đã được phát triển để những người như thế và cả những người thực hành có đào tạo sử dụng nó. Một người tự học qua sách một mình có thể sử dụng Scientology để giúp những người bạn của mình.

Ở đâu có thêm thông tin về Scientology?

Các tổ chức Scientology đặt tại mỗi lục địa trên khắp thế giới. Bạn có thể tìm thấy địa chỉ của các tổ chức này ở cuối sách. Những người thực hành Scientology được các tổ chức Scientology này công nhận (chứng nhận và cấp chứng chỉ). Chứng chỉ chỉ được trao sau một quá trình đào tạo hết sức chuẩn xác và đúng đến từng chi tiết. Người có kỹ năng về Scientology mới có chứng chỉ của một trong số các tổ chức Scientology này. Các văn phòng và những người đã được đào tạo này có thể cho bạn biết thêm thông tin về Scientology. Họ có nhiều sách về các chủ đề của Scientology và Dianetics cùng các dịch vụ khác nhau do các tổ chức Scientology cung cấp.

"Một người tự học qua sách một mình có thể sử dụng Scientology để giúp những người bạn của mình."

Phần một

NHỮNG NGUYÊN TẮC CƠ BẢN

NHỮNG NGUYÊN TẮC CƠ BẢN

*N*HỮNG NGUYÊN TẮC CƠ BẢN

*C*ũng giống như ngành kỹ thuật, Scientology có những nguyên tắc cơ bản nhất định. Những nguyên tắc này rất cần thiết để hiểu đầy đủ môn học này. Biết làm quy trình (luyện tập) cho con người dùng Scientology thôi thì chưa đủ. Muốn có hiệu quả (tốt) ta còn phải biết các nguyên tắc cơ bản. Scientology có tính chính xác rất cao. Các ngành khoa học nhân văn (các khoa học nghiên cứu về con người) trước đây đầy rẫy các quan điểm. Còn Scientology chứa đầy những sự thật có hiệu quả.

Muốn nghiên cứu Scientology, ta nên lướt qua những điều cơ bản và tìm những điểm mình có thể tán thành. Khi đã tìm được *một điểm* (một sự thật) ta có thể tán thành thì ta nên đọc lướt qua một lần nữa để tìm ra một sự thật khác. Ta cứ tiếp tục như vậy cho đến khi cảm thấy quen thuộc đôi chút với môn học này. Khi đã đạt được điều này và *chỉ* khi đã đạt được điều này, ta mới nghiên cứu tất cả các nguyên tắc cơ bản. Ở đây không hề có nỗ lực độc đoán nào. Chẳng ai lại cố làm cho môn học khó khăn cả.

Có thể bạn đã được học là tâm trí, linh hồn và sự sống là những điều rất khó hiểu. Đây là nguyên tắc đầu tiên của Scientology:

HIỂU BIẾT VỀ TÂM TRÍ, LINH HỒN VÀ SỰ SỐNG LÀ ĐIỀU CÓ THỂ THỰC HIỆN ĐƯỢC.

*"Đây là nguyên tắc đầu tiên của Scientology:
Hiểu biết về tâm trí, linh hồn và sự sống
là điều có thể thực hiện được."*

CHU TRÌNH HÀNH ĐỘNG

CHU TRÌNH HÀNH ĐỘNG

Tư tưởng căn bản nhất của Scientology gọi là "chu trình hành động".

Chu trình = khoảng thời gian có điểm bắt đầu và điểm kết thúc = một đoạn của tổng số thời gian có điểm bắt đầu và điểm kết thúc = trong thời gian không có điểm bắt đầu và không có điểm kết thúc, ta có thể phân ra các quãng thời gian có điểm bắt đầu và điểm kết thúc tới mức độ mà hành động liên quan đến.

Hành động = chuyển động hay cử động = động tác = việc xem rằng chuyển động đã xảy ra.

Ngay các sách xưa cũng viết: trong hỗn mang có sự *sinh nở*. Có sinh nở mới có *trưởng thành*. Đã trưởng thành tất có ngày *suy vong*. Có suy vong ắt dẫn đến *cái chết*. Sau cái chết lại là *hỗn mang*.

Scientology diễn tả điều này ngắn gọn hơn. "Chu trình hành động" có *vẻ ngoài* như sau:

SÁNG TẠO, sau đó là SINH TỒN, rồi đến PHÁ HỦY, hoặc

SÁNG TẠO, SINH TỒN, PHÁ HỦY.

Trước tiên có *sáng tạo.*

Tiếp theo điều này là *sinh tồn.*

Rồi kế đến là *phá hủy.*

Vẻ ngoài = thể hiện ra bên ngoài, khác với *thực chất.*

Chu trình này chỉ là vẻ ngoài. Nó là cái chúng ta thấy, cái chúng ta nhìn ngắm, cái chúng ta tin. Chúng ta xem như (suy nghĩ, tin, giả định) nó là thế và rồi chúng ta thấy nó là như thế.

Một đứa trẻ sinh ra, lớn lên, thành nhân, già đi rồi chết. Trong Scientology không có giai đoạn nào trong các giai đoạn này được xem là cần thiết. Ta xem như những giai đoạn đó là thế và do đó chúng là "thực". Một người có thể già nhanh hoặc chậm. Người đó già đến mức độ mà mình tin là mình đang già đi. Vì mọi người đều "đồng ý" rằng đó là lẽ tất nhiên, nên họ chấp nhận như vậy. Chu trình này là không thực. Nó chỉ là vẻ ngoài. Nó chỉ là vẻ ngoài vì chúng ta tin là chúng ta thấy nó. Nó chỉ là *vẻ ngoài* vì chúng ta *đồng ý* rằng nó phải thế.

Thử nghiệm nguyên tắc này như sau: Bằng cách sử dụng "chu trình hành động" liệu chúng ta có làm cho bất kỳ ai khỏe ra hoặc thông minh hơn được không? Hàng ngàn cuộc thử nghiệm đã chứng tỏ việc sử dụng và tin vào "chu trình hành động" không làm cho ai khỏe ra hoặc thông minh cả. Vì thế, bất kể chúng ta có nhận thấy hay không, chắc chắn phải có điều gì không ổn với "chu trình hành động". Người phụ nữ đang già đi mà mong thấy mình trẻ lại là đang kháng lại "chu trình hành động" này. Chị cảm thấy có điều gì đó không ổn với chu trình đó. Quả là có. Chúng ta phải tìm ra chu trình thực sự là gì thì mới làm cho con người tốt hơn được.

Thực sự = cái hết sức thực = cái đang tồn tại bất kể mọi vẻ ngoài của nó = cái là nền tảng của điều dường như là lẽ tất nhiên của vạn vật = cái lẽ hết sức *dương nhiên.*

Chu trình hành động *thực sự* như sau:

SÁNG TẠO, SÁNG TẠO-SÁNG TẠO-SÁNG TẠO, SÁNG TẠO–PHẢN-SÁNG TẠO, PHI SÁNG TẠO, HƯ KHÔNG.

Sáng tạo = làm ra, chế tạo, lập nên, đặt thành định đề, đưa vào tồn tại = *Sáng tạo*.

"Sáng tạo-sáng tạo-sáng tạo" = liên tục tạo ra, lặp di lặp lại hết khoảnh khắc này đến khoảnh khắc khác = *Sinh tồn*.

"Sáng tạo–phản-sáng tạo" = tạo ra cái chống lại sự sáng tạo = tạo ra một vật rồi sau đó tạo ra một vật khác chống lại vật đó = *Phá hủy*.

"Phi sáng tạo" = không có bất cứ sự sáng tạo nào = không có hoạt động sáng tạo.

Do đó "chu trình hành động" thực sự bao gồm các hoạt động khác nhau, nhưng mỗi và mọi hoạt động trong các hoạt động đó đều là *sáng tạo*.

"Chu trình hành động" có *vẻ ngoài* của *sinh tồn*, nhưng đây *thực ra* chỉ là sự sáng tạo liên tục ("sáng tạo-sáng tạo-sáng tạo")

"Chu trình hành động" *biểu hiện bên ngoài* có cả *phá hủy* nhưng "chu trình hành động" *thực sự* cho chúng ta biết phá hủy là gì.

Phá hủy là một trong hai hoạt động.

Phá hủy (về mặt hành động) là sáng tạo ra một vật chống lại sự sáng tạo một vật khác ("sáng tạo—phản-sáng tạo").

Ví dụ, ta thấy có một bức tường. Muốn biểu hiện ra ngoài nhất thiết bức tường phải được sáng tạo liên tục. Hành vi "phá hủy" là chống lại bức tường đó bằng một sáng tạo khác, nghĩa là hành động hoặc hoạt động đập đổ bức tường. Cả việc bức tường đang đứng đó lẫn hành động đập đổ bức tường đều là những hành động sáng tạo. Vì chúng ta có thể phản đối hoặc không thích bức tường bị đập đổ nên chúng ta giềm pha tính sáng tạo liên quan đến việc đập đổ bức tường bằng từ "phá hủy".

Thực tế cho ta biết không có gì thực sự là phá hủy cả. Chỉ có sáng tạo chống lại sáng tạo mà thôi.

Có một loại phá hủy khác và đây không còn là sáng tạo nữa ("phi sáng tạo"). Khi ta không còn tham gia sáng tạo bức tường, bức tường có thể ngưng tồn tại đối với người đó về mặt lý thuyết. Điều này đúng với hoạt động thực tiễn của Scientology.

Hiện thực = cách mọi vật thể hiện ra ngoài = Hiện thực là *vẻ ngoài*.

Muốn giải quyết hiện thực theo bất cứ cách nào đi nữa, ta phải đi sâu nghiên cứu và khám phá những điều là nền tảng của vẻ ngoài. Hiện thực bao gồm những gì (hiện thực do những gì hợp thành)? Chúng ta thấy vẻ ngoài có "chu trình hành động" gồm "Sáng tạo–Sinh tồn–Phá hủy". Nói một cách cơ bản hơn là "chu trình hành động" không có gì ngoại trừ *sáng tạo*.

Nếu ta ngừng hẳn không làm ra một thứ gì đó và ngưng tham gia chế tạo ra nó thì nó không còn tồn tại đối với ta nữa. Nếu ta ngừng sáng tạo thì đó sẽ là hư không. Khi ta sáng tạo vật gì đó hoặc nhìn ngắm vật đã được tạo ra thì vật đó vẫn đang được sáng tạo. Thậm chí nếu ta đang sáng tạo một vật bằng bàn tay trái và quên mất không dùng tay phải tạo ra vật đó thì vật đó vẫn tồn tại. Nói cách khác ta có thể sáng tạo một vật mà không biết là nó đang được tạo ra. Rồi ta tìm cách phá hủy nó bằng "phản sáng tạo" (sáng tạo chống lại nó). Kết quả là tình trạng hỗn độn do hai cách sáng tạo đối nghịch tạo ra.

Chúng ta hãy đi vào thực tế. Lý thuyết không ích gì trừ phi nó có hiệu quả. Tất cả mọi lý thuyết rườm rà, đẹp đẽ trên đời này đều vô dụng nếu nó không hữu ích hoặc không có hiệu quả. Vậy thuyết "chu trình hành động" *này* có hữu dụng không? Có chứ. Chừng nào chúng ta còn tin rằng chúng ta phải dùng sức để phá hủy nhằm phá hủy tất cả, chừng nào chúng ta còn suy nghĩ theo kiểu "phá hủy", chừng đó chúng ta còn có tình trạng hỗn độn.

Có trường hợp sáng tạo và *biết* mình đang sáng tạo.

Có trường hợp sáng tạo và *không biết* mình đang sáng tạo.

Khi một người lái xe hơi hoặc đẩy xe đẩy, người đó thực hiện nhiều động tác mà mình không ý thức đến (nhận ra, biết) và chúng ta gọi những động tác này là "hành động tự động".

Một người đang làm và không ý thức là mình đang làm điều đó. Một người bắt đầu sáng tạo, rồi để cho ý tưởng sáng tạo đó (vẫn đang hoạt động) vượt ra ngoài tầm với của mình thì hành động sáng tạo ấy vẫn tiếp tục xảy ra. Sáng tạo có ý thức luôn là điều kiện tiên quyết. Khi ấy ta mới có thể tiếp tục công việc sáng tạo có mục đích một cách vô ý thức. Mọi thứ ta đang làm, biết hay không biết, ta đều đang làm ở đây và vào lúc này – vào khoảnh khắc hiện tại, ở thời hiện tại. Tại một thời điểm nào đó trong quá khứ ta đã bắt đầu sáng tạo một cách có ý thức. Song sự sáng tạo này vẫn đang tiếp tục ở thời điểm hiện tại.

Muốn dừng bất kỳ sự sáng tạo nào, có thể xác minh rằng ta đã một lần biết ta đang sáng tạo (tìm ý nghĩ đó) và đang thể hiện lại ý nghĩ ấy. Ta cũng có thể chỉ cần vừa mới sáng tạo và sáng tạo có ý thức cái mà ta đã bắt đầu tạo ra một cách vô thức (không có ý thức). Trong trường hợp nào thì sự sáng tạo cũng đều ngừng lại. Cách làm *sai* là bắt đầu một sáng tạo mới đi ngược lại sự sáng tạo cũ. Khi ta làm điều này, ta gặp tình trạng bế tắc và hỗn độn.

Ví dụ một người bị đau chân. Người đó đang cố chữa lành chân mình. Thế là anh ta tìm cách tạo ra một cái chân lành lặn. Anh ta đi bác sĩ và muốn được chữa khỏi. Công việc chữa trị rất khó khăn và thường thì không mấy thành công trong trường hợp chân bị đau rất nặng. *Có cái gì đó* đang tạo ra cái chân đau. Để chống lại điều này *người đó* đang tạo ra một cái chân lành lặn. Hậu quả là tình trạng bế tắc và cái chân đau. Nhưng có một yếu tố sáng tạo *thứ ba* đang hiện diện. Thứ nhất có cái gì đó đang sáng tạo (chúng ta hy vọng như vậy): cái chân lành lặn. Kế đến là hành động "phản sáng tạo" (ví dụ như tai nạn làm gãy chân) đã tạo ra yếu tố phản sáng tạo là cái chân đau. Giờ thì người đó đang cố tạo ra yếu tố "phản sáng tạo" một lần nữa là cái chân lành lặn. Kết quả sẽ gạt bỏ cái chân lành ban đầu bởi vì đó chính là sự sáng tạo mà anh ta đang bắt đầu chấp nhận kiểm soát và bộc lộ bằng nỗ lực chữa lành của mình. Anh ta muốn có một cái chân lành lặn. Rắc rối của anh ta là hành động tạo ra yếu tố "phản sáng tạo" là cái chân đau. Cuộc thử nghiệm là có thật. Bảo anh ta: "Hãy sáng tạo (bằng một qui trình Scientology nhất định) những cái chân đau" cho đến khi hành động phản sáng tạo của những cái chân đau bị xóa bỏ thì sự sáng tạo ban đầu của cái chân lành sẽ xuất hiện trở lại. Việc làm này chỉ thất bại khi không có sự sáng tạo ban đầu của một cái chân lành.

Ví dụ khác: một người có việc làm. Người này làm việc rất chăm chỉ. Điều này có nghĩa là anh ta "sáng tạo-sáng tạo-sáng tạo" ra công việc hết ngày này sang ngày khác, hết tuần này sang tuần khác và hết năm này sang năm khác. Chừng nào anh ta tạo ra công việc thì công việc đó tồn tại. Rồi một ngày anh ta ỷ lại (coi là đương nhiên phải có) công việc này. Anh ta không còn sáng tạo nữa. Công việc đó ngưng không còn tồn tại nữa. Anh ta không có việc làm. Vẻ ngoài là anh ta biếng nhác (lười) và bị sa thải. Thực tế là anh ta đã không sáng tạo ra công việc nữa và vì thế anh ta không có việc.

Một trường hợp khác: một người đàn ông phó thác nhà cửa cho một người phụ nữ trông nom. Đến một ngày anh ta không còn có người phụ nữ ấy nữa. Anh ta không chăm lo nhà cửa được nữa mặc dầu trước khi lấy người phụ nữ đó anh ta đã có khả năng chăm lo việc nhà.

Trường hợp một người sáng suốt: Người này có ý tưởng (sáng tạo ra ý tưởng đó) là thà điên thì hơn. Anh ta bắt đầu trở nên điên khùng (đã bắt đầu sáng tạo ra nó) và rồi làm vô số cách để không điên. Lúc này anh ta đang sáng tạo ra trạng thái sáng suốt, anh ta đã tạo ra yếu tố "phản sáng tạo" là trạng thái điên khùng. Rồi anh ta tạo ra yếu tố "phản sáng tạo" là trạng thái sáng suốt chống lại trạng thái điên khùng.

Sáng tạo trong cuốn sách này có thể được cho là không có bàn tay Thượng đế. Ở đây chúng ta chỉ xét đến những việc mà Con người hay Con người với tư cách là linh hồn có thể làm ra, chế tạo ra hoặc nghĩ ra. Chủ đề *ai* hay *cái gì* đang thực hiện sự sáng tạo không làm mất giá trị của chu trình. Đây là cuốn sách nói về chủ đề tâm trí, linh hồn và sự sống chứ không phải là cuốn sách về chủ đề Đấng tối cao.

Nói dối nằm ở cấp bậc sáng tạo thấp nhất.

Có nhiều thử nghiệm đối với những nguyên tắc như thế này trong Scientology. Những thử nghiệm như thế được đặt dưới tiêu đề QUY TRÌNH ỨNG DỤNG.

HƯ KHÔNG

SÁNG TẠO

PHI SÁNG TẠO

SÁNG TẠO-SÁNG TẠO-
SÁNG TẠO

SÁNG TẠO–PHẢN-SÁNG TẠO

*"Do đó chu trình hành động thực
sự bao gồm các hoạt động khác nhau, nhưng
mỗi và mọi hoạt động trong các hoạt động đó
đều là sáng tạo."*

CÁC ĐIỀU KIỆN CỦA TỒN TẠI

Các điều kiện của tồn tại

Ó ba "điều kiện của tồn tại". Ba điều kiện này tạo nên (hình thành, tạo thành) cuộc sống.

Các điều kiện này là LÀ, LÀM và CÓ.

Điều kiện đầu tiên của tồn tại là LÀ ai hay cái gì.

"Là" ai hay cái gì được định nghĩa là "sự chấp nhận (lựa chọn) một loại nhân dạng". Có thể nói đó là vai trò trong một cuộc chơi.

Ví dụ của "là" ai hay cái gì có thể là tên riêng. Một ví dụ khác là nghề nghiệp. Ví dụ khác nữa là các đặc điểm thể chất. Mỗi một hoặc tất cả những điều này có thể gọi là thực thể tính của một người.

Thực thể tính là do bản thân nhận về mình, được trao cho hoặc đạt được.

Ví dụ trong một cuộc chơi, mỗi người tham gia chơi có thực thể tính riêng.

Điều kiện thứ hai của tồn tại là LÀM.

Nói đến "làm" nghĩa là "hành động, chức năng, thực hiện, đạt được mục tiêu, hoàn thành mục đích hoặc bất kỳ hành động thay đổi vị trí nào trong không gian".

Điều kiện thứ ba là CÓ.

Nói đến "có" cái gì đó là chúng ta nói đến "sở hữu, chiếm hữu, có khả năng chi phối, bố trí, đảm trách các vật thể, các loại năng lượng hoặc những khoảng không gian". Định nghĩa cơ bản của "có" là "có khả năng chạm vào, thấm nhuần hoặc điều khiển việc sắp xếp".

Trò chơi cuộc sống đòi hỏi ta nhận về mình một "*thực thể tính*" để "*làm*" một việc gì đó nhằm "*có*" được cái gì đó.

Ba điều kiện này được đưa ra theo thứ tự cấp bậc (tầm quan trọng) liên quan đến sự sống. Khả năng "là" ai hay cái gì quan trọng hơn khả năng "làm". Khả năng "làm" quan trọng hơn khả năng "có". Cả ba điều kiện này bị nhầm lẫn đối với hầu hết mọi người đến nỗi mọi người lại hiểu rõ chúng hơn theo trình tự ngược lại. Khi ta đã làm sáng tỏ khái niệm "có" (hay chiếm hữu) thì ta mới có thể tiếp tục làm rõ khái niệm "làm" (hoặc hoạt động nói chung) và khi đã hiểu được điều này rồi, ta sẽ hiểu thực thể tính (hoặc nhân dạng).

Điều thiết yếu để tồn tại thành công là mỗi điều kiện trong ba điều kiện này phải được làm sáng tỏ và hiểu rõ. Khả năng nhận về mình hay chấp nhận (cho, để cho) thực thể tính có lẽ là ưu điểm cao nhất trong các ưu điểm của con người. Có khả năng cho phép người khác có thực thể tính thậm chí còn quan trọng hơn (chính bản thân mình) có khả năng nhận về mình thực thể tính.

🌳

"Trò chơi cuộc sống đòi hỏi ta nhận về mình
một 'thực thể tính' để 'làm' một việc gì đó
nhằm 'có' được cái gì đó."

TÁM ĐỘNG LỰC

TÁM ĐỘNG LỰC

hi ta nhìn rộng ra khắp toàn bộ tình trạng bế tắc mà hầu hết mọi người cho là sự sống hay tồn tại, ta có thể phát hiện ra tám phần chính mà đối với mỗi phần đều áp dụng các *"điều kiện của tồn tại"*. Mỗi phần đều chứa đựng một *"chu trình hành động"*.

Có thể nói sự sống có tám sự thôi thúc (điều thúc đẩy, điều thúc giục).

Chúng ta gọi những sự thôi thúc này là ĐỘNG LỰC.

Đây là những động cơ hay động lực thúc đẩy.

Chúng ta gọi chúng là TÁM ĐỘNG LỰC.

Ở đây không hề có ý nói bất kỳ một động lực nào trong tám động lực này quan trọng hơn các động lực còn lại. Mặc dù các động lực này phân thành loại (chia thành các phần) của trò chơi cuộc sống rộng lớn, chúng không nhất thiết phải bằng nhau. Có thể thấy giữa các cá nhân, mỗi người chú trọng đến một động lực nhiều hơn các động lực còn lại hoặc có thể coi một tổ hợp các động lực quan trọng hơn các tổ hợp còn lại.

Mục đích đưa ra sự phân chia này là làm tăng hiểu biết về sự sống thông qua việc phân sự sống ra thành các phần. Chia nhỏ sự tồn tại theo cách này, ta có thể khảo sát từng phần (riêng rẽ và độc lập) trong mối quan hệ của phần đó với những phần khác của sự sống.

Khi chơi ghép hình, trước hết cần gom những mảnh cùng màu hoặc có đặc điểm tương tự thành nhóm. Khi học một môn học, cần học có trình tự.

Muốn theo được trình tự đó, cần chấp nhận tám phần tùy ý này của sự sống (để thực hiện được những mục đích của chúng ta).

ĐỘNG LỰC THỨ NHẤT: là sự thôi thúc hướng tới tồn tại là chính mình. Ở đây chúng ta có cá tính thể hiện đầy đủ. Động lực này có thể gọi là *động lực Bản thân.*

ĐỘNG LỰC THỨ HAI: là sự thôi thúc hướng tới tồn tại như một hoạt động tình dục. Động lực này thật ra có hai phần: (a) động lực Thứ hai là bản thân hoạt động tình dục; và (b) động lực Thứ hai là đơn vị gia đình kể cả việc nuôi dạy con cái. Động lực này có thể gọi là *động lực Tình dục.*

ĐỘNG LỰC THỨ BA: là sự thôi thúc hướng tới tồn tại theo các nhóm cá nhân. Bất kỳ nhóm nào hoặc một phần của toàn bộ một lớp đều có thể coi là thuộc về động lực Thứ ba. Trường học, xã hội, thành phố, quốc gia đều *thuộc về* động lực Thứ ba và mỗi thực thể này đều *là* động lực Thứ ba. Động lực này có thể gọi là *động lực Nhóm.*

ĐỘNG LỰC THỨ TƯ: là sự thôi thúc hướng tới tồn tại như hoặc của nhân loại. Trong khi một chủng tộc được xem như động lực Thứ ba, tất cả các chủng tộc được coi là động lực Thứ tư. Động lực này có thể gọi là *động lực Nhân loại.*

ĐỘNG LỰC THỨ NĂM: là sự thôi thúc hướng tới tồn tại của giới động vật. Động lực này bao gồm mọi sinh vật dù là thực vật hay động vật. Cá dưới biển, súc vật ngoài đồng hoặc thú trong rừng, cây cỏ, hoa lá hoặc bất cứ thứ gì có động cơ thúc đẩy trực tiếp và mật thiết là *sự sống.* Động lực này có thể gọi là *động lực Động vật.*

ĐỘNG LỰC THỨ SÁU: là sự thôi thúc hướng tới tồn tại như vũ trụ vật chất. Vũ trụ vật chất gồm có Vật chất (Matter), Năng lượng (Energy), Không gian (Space) và Thời gian (Time). Trong Scientology, chúng ta dùng chữ cái đầu của các từ này và tạo thành từ MEST. Động lực này có thể gọi là *động lực Vũ trụ*.

ĐỘNG LỰC THỨ BẢY: là sự thôi thúc hướng tới tồn tại như hoặc của linh hồn. Bất cứ thứ gì có tính linh hồn (có hoặc không có nhân dạng) đều nằm dưới tiêu đề "động lực Thứ bảy". Động lực này có thể gọi là *động lực Linh hồn*.

ĐỘNG LỰC THỨ TÁM: là sự thôi thúc hướng tới tồn tại như vô tận. Điều này cũng được nhìn nhận như Đấng tối cao. Động lực này gọi là động lực Thứ tám vì ký hiệu vô tận, ∞, dựng đứng lên tạo thành hình số 8. Động lực này có thể gọi là *động lực Vô tận* hay *động lực Thượng đế*.

Các nhà Scientology thường gọi các động lực này bằng các con số.

Ngành học tiền thân (Dianetics) bao gồm các động lực từ một đến bốn. Scientology bao trùm các động lực suốt từ một cho đến bảy như phạm vi đã biết, được chứng minh và phân loại có khoa học.

Cái khó của việc phát biểu các định nghĩa chính xác về các động lực là phát biểu hoàn toàn bằng lời. Thoạt đầu, các động lực đọc là "sự thôi thúc hướng tới *sinh tồn* như _____". Cùng với sự phát triển của ngành học này, rõ ràng là sinh tồn chỉ là một *vẻ ngoài* và chỉ là một mặt của tồn tại.

Cả "chu trình hành động" lẫn ba "điều kiện của tồn tại" đều thuộc về mỗi động lực.

Một biểu hiện khác nữa của các động lực này là chúng có thể được trình bày rõ nhất theo một loạt các vòng tròn đồng tâm, trong đó động lực Thứ nhất là trung tâm còn các động lực khác lần lượt bao quanh phía ngoài. Ý tưởng về không gian mở rộng bắt đầu được đưa vào những động lực này.

Đặc điểm cơ bản của cá nhân bao gồm khả năng mở rộng sang các động lực khác. Nhưng chỉ khi đạt đến động lực Thứ bảy một cách trọn vẹn thì cá nhân đó mới khám phá ra được động lực Thứ tám đích thực.

Khi lấy ví dụ về tính ứng dụng của các động lực này, ta khám phá ra rằng trẻ mới sinh không nhận thức được gì ngoài động lực Thứ nhất. Nhưng khi trẻ lớn lên và những mối quan tâm của trẻ mở rộng, có thể thấy là trẻ bao quát được cả các động lực khác nữa.

Một ví dụ khác về tính ứng dụng: một người không có khả năng hoạt động ở động lực Thứ ba thì lập tức người đó không có khả năng là thành viên của một nhóm và như vậy có thể nói rằng người đó không có khả năng tồn tại trong xã hội.

Bình luận thêm về tám động lực: không một động lực nào trong các động lực từ một đến bảy lại quan trọng hơn bất kỳ động lực nào khác đứng về mặt định hướng cá nhân. Mặc dù các động lực không có tầm quan trọng như nhau, song từ động lực này đến động lực khác, khả năng của cá nhân trong việc nhận về mình "thực thể tính", "làm" và "có" của mỗi động lực là một chỉ số cho khả năng sống của cá nhân đó.

Tám động lực được sử dụng trong giao tiếp của Scientology và cần học đầy đủ như một phần ngôn ngữ của Scientology. Có thể hiểu các khả năng và nhược điểm của cá nhân bằng cách quan sát cá nhân đó tham gia vào các động lực khác nhau.

"Một biểu hiện khác nữa của các động lực này
là chúng có thể được trình bày rõ nhất theo một
loạt các vòng tròn đồng tâm, trong đó động lực
Thứ nhất là trung tâm còn các động lực khác
lần lượt bao quanh phía ngoài."

Chương năm

TAM GIÁC
A-R-C

TAM GIÁC A-R-C

Trong Scientology có một tam giác rất quan trọng và khả năng sử dụng tam giác này mang lại hiểu biết sâu sắc hơn nhiều về cuộc sống.

TAM GIÁC A-R-C (A: *Affinity*: cảm tình; R: *Reality*: hiện thực; C: *Communication*: giao tiếp) là yếu tố chủ chốt của những quan hệ sống. Tam giác này là mẫu số chung cho tất cả các hoạt động của cuộc sống.

Góc thứ nhất của tam giác gọi là CẢM TÌNH.

Định nghĩa cơ bản của "cảm tình" là "sự suy xét về khoảng cách, dù xấu hay tốt". Chức năng cơ bản nhất của cảm tình hoàn toàn là khả năng chiếm cùng một không gian với một cái khác.

Từ "cảm tình" sử dụng ở đây có nghĩa là "yêu thương, thích hoặc bất cứ thái độ cảm xúc nào khác". Trong Scientology cảm tình được quan niệm là yếu tố đa diện. Cảm tình là một đặc tính thay đổi. Ở đây cảm tình được sử dụng như một từ trong ngữ cảnh "mức độ ưa thích".

Dưới tiêu đề cảm tình chúng ta có các sắc thái cảm xúc khác nhau xếp từ cao nhất đến thấp nhất và đây là một phần các sắc thái này:

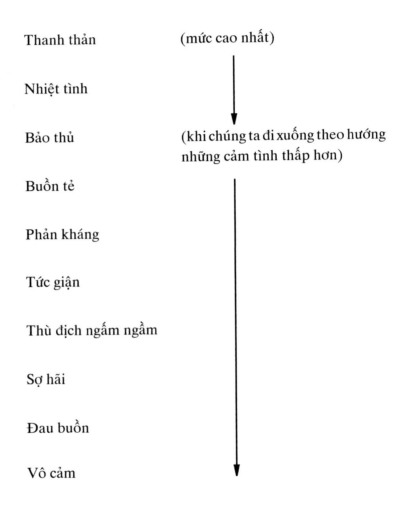

Thanh thản — (mức cao nhất)

Nhiệt tình

Bảo thủ — (khi chúng ta đi xuống theo hướng những cảm tình thấp hơn)

Buồn tẻ

Phản kháng

Tức giận

Thù địch ngấm ngầm

Sợ hãi

Đau buồn

Vô cảm

(Điều này trong Scientology gọi là THANG SẮC THÁI).

Dưới Vô cảm, cảm tình chuyển sang trạng thái cứng rắn như vật chất. Cảm tình được quan niệm gồm có trước tiên là suy nghĩ, kế đến là cảm xúc có chứa những phần tử năng lượng, và rồi như một vật thể rắn.

Góc thứ hai của tam giác là HIỆN THỰC.

Có thể định nghĩa "hiện thực" là "điều được xem là vẻ ngoài". Hiện thực là đồng ý về cơ bản. Những cái chúng ta đồng ý là có thật thì nó là có thật.

Góc thứ ba của tam giác là GIAO TIẾP.

Đối với việc hiểu thành phần cấu tạo nên quan hệ con người trong vũ trụ này, giao tiếp quan trọng hơn hai góc kia của tam giác. Giao tiếp là dung môi cho mọi thứ (nó hòa tan mọi thứ).

Mối tương quan của tam giác này lập tức trở nên rõ ràng khi ta đặt câu hỏi: "Bạn đã bao giờ thử nói chuyện với một người đang tức giận chưa?" Không có mức độ ưa thích cao và không có cơ sở nào đó để đồng ý thì không có *giao tiếp*. Không có giao tiếp và cơ sở nào đó để có phản ứng cảm xúc thì không thể có *hiện thực*. Không có cơ sở nào đó để đồng ý và giao tiếp thì không thể có *cảm tình*. Vì thế chúng ta gọi cả ba điểm này là *tam giác*. Trừ phi chúng ta có hai góc của tam giác, chúng ta không thể có góc thứ ba. Muốn có bất cứ góc nào của tam giác, ta đều phải tính đến cả hai góc kia nữa.

Ở mức độ Thanh thản, tam giác này được quan niệm là rất rộng và hoàn toàn bị cô đặc lại ở mức độ vật chất. Vì vậy, muốn trình bày một thang bậc để sử dụng, ta phải vẽ một tam giác lớn có một phần chiều cao của thang và tiếp theo là những tam giác nhỏ hơn cho đến khi chỉ còn một điểm ở phần đáy của thang.

Cảm tình, Hiện thực và Giao tiếp là cơ sở của Thang sắc thái trong Scientology, một thang bậc giúp dự đoán hành vi con người*.

Như đã thấy, tam giác này không phải là tam giác đều (tất cả các cạnh bằng nhau). Cảm tình và hiện thực ít quan trọng hơn nhiều so với giao tiếp. Có thể nói tam giác này bắt đầu bằng giao tiếp là yếu tố đưa cảm tình và hiện thực vào hiện hữu.

---

*Thang sắc thái cùng với bản miêu tả trọn vẹn và ứng dụng của Thang sắc thái được in trong cuốn *"Khoa học sinh tồn"*.

A-R-C *là* HIỂU.

Nếu bạn tiếp tục một cuộc giao tiếp bền vững và có khả năng với người nào đó, hẳn phải có cơ sở nào đó để đồng ý, hẳn phải có điểm ưa thích nào đó dành cho người ấy thì giao tiếp mới tồn tại được. Khi đó chúng ta có thể thấy chỉ "nói" và "viết" tùy tiện, không có kiến thức về vấn đề này thì không nhất thiết là giao tiếp. Giao tiếp về cơ bản là "cái được gửi đi và cái được nhận". Ý định gửi và ý định nhận, cả hai phải hiện diện (ở mức độ nào đó) trước khi có thể xảy ra giao tiếp thực sự. Vì thế ta có thể có những điều kiện có vẻ như giao tiếp nhưng thật ra lại không phải là giao tiếp*.

Xuất phát từ Scientology (cũng như tất cả những khái niệm này) tam giác A-R-C – khi hiểu – là một công cụ hoặc vũ khí vô cùng hữu ích trong các mối quan hệ con người. Chẳng hạn trong số các luật của tam giác A-R-C, giao tiếp muốn được tiếp nhận phải tương đương với mức độ cảm tình của người mà giao tiếp hướng tới. Khi mọi người đi xuống trên Thang sắc thái, họ càng khó giao tiếp hơn và những điều mà họ sẽ đồng ý càng trở nên cô đặc hơn. Vì thế chúng ta mới có những bài thuyết trình thân mật ở điểm cao trên Thang sắc thái, còn chiến tranh thì ở dưới đáy của Thang sắc thái. Khi cảm tình là căm ghét thì đồng ý là vấn đề cứng rắn, còn giao tiếp... là *súng đạn*.

♣

*Bản hướng dẫn đầy đủ về giao tiếp là cuốn *"Dianetics 55!"*.

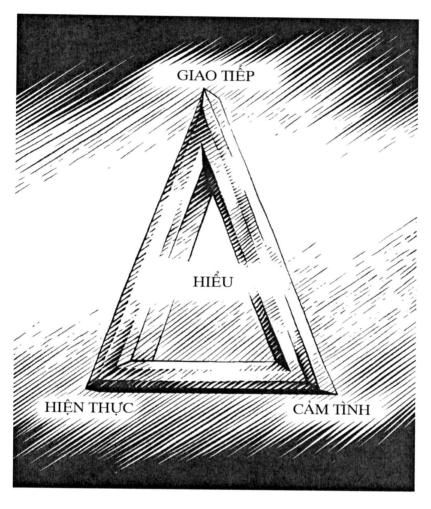

"A-R-C là hiểu."

LÝ DO TẠI SAO

LÝ DO TẠI SAO

C ó thể hiểu cuộc sống rõ nhất bằng cách ví nó như một CUỘC CHƠI.

Vì chúng ta là kẻ ngoài cuộc đối với rất nhiều cuộc chơi nên chúng ta có thể nhìn các cuộc chơi này với con mắt bàng quan. Nếu chúng ta là kẻ đứng ngoài cuộc sống, thay vì bị thu hút và lao vào cuộc sống, thì từ lợi điểm hiện thời này, cuộc sống đối với chúng ta cũng rất giống như những cuộc chơi.

Dù khổ đau, bất hạnh, buồn phiền và khó nhọc đến mấy (những điều có thể tồn tại trong cuộc sống) lý do để tồn tại cũng là lý do mà người ta phải tham gia vào cuộc chơi: mối quan tâm, tranh đua, hoạt động và chiếm hữu. Chân lý của lời khẳng định này được xác lập qua quan sát các yếu tố của các cuộc chơi rồi áp dụng những yếu tố này vào bản thân cuộc sống. Khi chúng ta làm như vậy, chúng ta thấy trong bức tranh toàn cảnh của cuộc sống không còn thiếu thứ gì.

Nói đến cuộc chơi nghĩa là "cuộc tranh đua giữa người này với người khác, giữa đội này với đội khác". Khi chúng ta nói những cuộc chơi, chúng ta nói đến những cuộc chơi như bóng chày, khúc côn cầu trên ngựa, cờ vua hoặc bất cứ môn tiêu khiển nào khác.

Có thể đã có lần bạn sửng sốt khi thấy người ta chấp nhận chấn thương ngoài sân đấu chỉ để "mua vui". Do đó bạn có thể sửng sốt khi mọi người vẫn tiếp tục sống hoặc vẫn bước vào "trò chơi cuộc sống" với tất cả những mạo hiểm như buồn phiền, khó nhọc và đau đớn chỉ để có "việc để làm". Rõ ràng là không có gì tệ hại hơn là hoàn toàn nhàn rỗi. Dĩ nhiên là tình trạng tệ hại hơn khi một người phải tiếp tục tham gia cuộc chơi khi mình không còn hứng thú gì nữa.

Bạn chỉ cần nhìn quanh phòng và liệt kê những thứ mà bạn không quan tâm thì bạn sẽ khám phá ra một số điều đáng lưu ý. Chỉ một lúc thôi, bạn sẽ nhận ra chẳng có thứ gì trong phòng mà bạn lại không quan tâm. Bạn quan tâm đến tất cả mọi thứ. Tuy nhiên, bản thân sự thiếu quan tâm lại là một trong những cơ chế của cuộc chơi. Muốn giấu đi một vật thì chỉ cần làm cho mọi người không quan tâm đến nơi giấu vật đó. Thiếu quan tâm không phải là kết quả tức thì của mối quan tâm bị mai một. Bản thân sự thiếu quan tâm lại là một thứ hàng hóa. Nó sờ sờ ra đó, nó hiện hữu.

Bằng cách nghiên cứu những yếu tố của các cuộc chơi, chúng ta thấy chính bản thân mình cũng có các yếu tố của cuộc sống.

CUỘC SỐNG LÀ MỘT CUỘC CHƠI.

Một cuộc chơi bao gồm TỰ DO, RÀO CẢN và MỤC ĐÍCH.

Đây là sự thật khoa học chứ không chỉ là quan sát.

Tự do tồn tại giữa các rào cản. Chỉ toàn các rào cản không thôi và chỉ toàn có tự do không thôi đều là những "điều kiện không có cuộc chơi". Cả hai đều tàn khốc như nhau. Cả hai đều phi mục đích như nhau.

Các phong trào cách mạng vĩ đại đều thất bại. Những phong trào đó hứa hẹn tự do vô biên. Đó là con đường đi đến thất bại. Chỉ có những người mơ tưởng hão huyền ngu đại mới ca ngợi tự do vô biên. Chỉ có những người hay e sợ và dốt nát mới nói tới và cứ khăng khăng là có những rào cản bất tận.

Khi mối quan hệ giữa tự do và các rào cản trở nên quá mất cân đối thì đó là lúc bất hạnh nảy sinh.

"Tự do không bị ràng buộc" chỉ không sao khi có một nơi để *đến đó* mà tự do. Ham muốn khôn cùng để được "tự do không bị ràng buộc" là chiếc bẫy hoàn hảo, là nỗi sợ tất cả mọi thứ.

Rào cản bao gồm cấm đoán (hạn chế) tư tưởng, không gian, năng lượng, các khối và thời gian. Tự do (nhìn tổng thể) hoàn toàn không có những yếu tố này. Nhưng nó cũng có thể là một thứ tự do không có tư duy hoặc hành động – tình trạng bất hạnh của hư không hoàn toàn.

Phải chịu đựng quá nhiều rào cản, Con người khao khát được tự do. Nhưng khi bắt đầu đi tới tự do hoàn toàn, Con người trở nên không có mục đích và khốn khổ.

Có "tự do giữa" những rào cản. Nếu biết những rào cản đó và biết những tự do đó thì sẽ có cuộc sống, sự sống, hạnh phúc, cuộc chơi.

Những hạn chế của chính phủ hoặc công việc mang lại tự do cho người làm công. Không có những hạn chế đã biết, người làm công trở thành nô lệ, phải chịu những nỗi sợ về tình trạng không chắc chắn trong mọi hành động của mình.

Những nhà quản trị kinh doanh và chính phủ có thể thất bại theo ba cách và vì thế gây ra tình trạng hỗn độn trong tổ chức của mình. Các nhà quản lý này có thể:

1. Dường như để cho tự do vô tận.

2. Dường như mang lại những rào cản bất tận.

3. Chẳng tạo ra tự do hay rào cản chắc chắn nào.

Vì vậy năng lực quản trị gồm có áp đặt và thi hành sự cân bằng thích hợp giữa tự do của nhân viên của mình với các rào cản của đơn vị, *đồng thời* phải chính xác và nhất quán về những rào cản và tự do đó. Một nhà quản lý như vậy, chỉ cần có thêm khả năng chủ động và quả quyết, sẽ có được một tổ chức có khả năng chủ động và quả quyết.

Người làm công thừa nhận và/hoặc khăng khăng đòi "tự do không thôi" sẽ trở thành nô lệ. Biết được thực tế trên, anh ta phải yêu cầu một sự cân bằng khả thi giữa tự do và các rào cản.

Xem xét những động lực (chương bốn) sẽ minh chứng tính khả thi của tổ hợp các nhóm. Hai động lực Nhóm có thể kết hợp với nhau để tạo thành các nhóm. Động lực Bản thân có thể liên kết với động lực Động vật chống lại động lực Vũ trụ chẳng hạn và như vậy sẽ có một cuộc chơi. Nói cách khác, các động lực là nét chính của các nhóm và sự tương tác có thể có. Vì mọi người đều tham gia nhiều cuộc chơi, khảo sát các động lực sẽ vẽ nên một biểu đồ và làm rõ cho mọi người thấy các nhóm khác nhau mà mình đang tham gia và những nhóm mình đang chống lại. Nếu một cá nhân khám phá ra được mình đang tham gia mỗi động lực Bản thân thôi và mình lại không thuộc nhóm nào khác, thì chắc chắn là cá nhân đó sẽ thua. Lý do là trước cá nhân đó còn có bảy động lực và động lực Bản thân ít có khả năng một mình thắng được tất cả các động lực còn lại. Trong Scientology, chúng ta gọi điều kiện này là "chỉ có một". Đây là tính tự quyết dưới chiêu bài của "Tính quyết định *ích kỷ*". Đây là cá nhân có nhiều khả năng sẽ bị áp đảo nhất. Để tận hưởng cuộc sống ta phải sẵn sàng là một phần nào đó của cuộc sống.

Trong Scientology có một nguyên tắc gọi là TÍNH QUYẾT ĐỊNH BAO TRÙM.

Nguyên tắc này có thể định nghĩa khái lược là "quyết định đồng thời các hoạt động của hai hoặc nhiều bên trong một cuộc chơi".

Chẳng hạn một người chơi cờ vua đang "tự quyết" và đang chơi cờ vua với một đối phương. Một người có "tính quyết định bao trùm" về môn cờ vua có thể chơi cả hai bên quân của bàn cờ.

Một người có "tính quyết định bao trùm" đối với bất kỳ một cuộc chơi nào mà mình là *cấp trên*. Chỉ có trong cuộc chơi mà mình là *cấp dưới*, người đó mới có "tính tự quyết".

Chẳng hạn một vị tướng quân có "tính quyết định bao trùm" về cuộc tranh cãi giữa hai anh lính trơn hoặc ngay cả hai đại đội dưới quyền ông.

Trong trường hợp này ông là người có "tính quyết định bao trùm". Nhưng khi đối mặt với đội quân khác do một vị tướng khác chỉ huy thì ông trở thành có "tính tự quyết". Có thể nói cuộc chơi ở mức độ này *lớn hơn* chính bản thân ông. Cuộc chơi trở nên lớn hơn cả mức độ này khi vị tướng tìm cách đóng vai trò của tất cả các nhà chỉ huy chính trị, một công việc lẽ ra thuộc cấp trên của ông. Đây là lý do chính tại sao độc tài không có hiệu quả. Để có "tính quyết định bao trùm" về toàn bộ hệ thống các cuộc chơi bao gồm cả một quốc gia là điều gần như bất khả thi đối với một người. Người đó sẽ bắt đầu "tìm phe phái", rồi ở mức độ này, người đó bị *kém* đi nhiều so với chính phủ mà người đó đang tìm cách điều hành.

Trong những thời đại trước, đòi tự do không thôi đã là mốt. Cuộc cách mạng Pháp là điển hình tiêu biểu cho điều này. Trong những năm cuối thế kỷ thứ 18, các nhà quí tộc Pháp trở nên "tự quyết" chống lại các thành phần còn lại của đất nước và không có khả năng hòa mình vào quần chúng đến mức các nhà quí tộc đã bị tiêu diệt. Ngay lập tức quần chúng tự mình tìm cách giành lấy chính quyền. Do không được huấn luyện và đầy ác cảm đối với bất kỳ và mọi kiềm chế, tiếng hô xung trận của họ trở thành "Tự do!". Họ không còn chút hạn chế hay rào cản nào nữa. Các luật lệ của chính phủ bị ném sang một bên. Trộm cướp chiếm chỗ nền kinh tế. Vì thế quần chúng thấy mình bị mắc bẫy sâu hơn và nhận ra mình bị lôi cuốn vào chế độ độc tài còn khắt khe hơn bất cứ một chế độ nào khác mà họ từng biết trước cách mạng.

Mặc dầu Con người vẫn tiếp tục sử dụng "Tự do!" như tiếng hô xung trận, Con người chỉ thành công trong việc tạo dựng thêm những cái bẫy cho mình. Lý do của điều này thật đơn giản. Một cuộc chơi có cả tự do *và* các rào cản *và* những mục đích. Khi Con người bỏ đi ý tưởng cấm đoán hoặc rào cản thì ngay tức thì Con người mất khả năng *kiểm soát* đối với các rào cản. Con người trở nên "tự quyết" về các rào cản mà không có "tính quyết định bao trùm". Vì vậy Con người không kiểm soát được các rào cản. Các rào cản, khi không kiểm soát, ngay lập tức sẽ bẫy chính Con người.

Vòng "xoáy trôn ốc suy thoái" của vẻ ngoài ("sáng tạo-sinh tồn-phá hủy") xoay chuyển đột ngột ngay khi Con người tránh né các rào cản. Nếu Con người cho rằng tất cả những hạn chế và rào cản đều là kẻ thù thì dĩ nhiên Con người đang khước từ kiểm soát chúng bằng mọi cách và vì vậy Con người bắt đầu đi theo cái vòng xoáy trôn ốc suy thoái của mình.

Một dân tộc được dạy dỗ theo tư duy "chỉ tự do" thì sẽ bị sập bẫy rất dễ dàng. Không ai trong quốc gia đó sẽ đứng ra chịu trách nhiệm về những hạn chế. Vì vậy các hạn chế rõ ràng sẽ giảm dần. Thật ra chúng ngày càng trở nên nhiều hơn. Khi những hạn chế này ít đi, tự do của cá nhân cũng ít đi. Ta không thể thoát ra khỏi bức tường nếu không có một bức tường. Thiếu bất kỳ hạn chế nào, cuộc sống sẽ trở nên không có mục đích, tùy tiện, hỗn độn.

Nhà quản lý giỏi phải có khả năng chịu trách nhiệm về những hạn chế. Muốn tồn tại trong nền tự do như thế phải có những rào cản. Không nắm được thế chủ động trong vấn đề hạn chế hoặc rào cản khiến những hạn chế hoặc rào cản hoàn toàn tự nảy sinh và tồn tại mà không được tán thành và không có định hướng.

Có rất nhiều trạng thái tâm trí khác nhau mang lại hạnh phúc. Trạng thái tâm trí chỉ biết đòi hỏi tự do sẽ chẳng mang lại được điều gì khác ngoài nỗi bất hạnh. Thà phát triển nếp tư duy tìm kiếm những phương cách mới để bị bẫy và tìm những cái để cho sa bẫy còn hơn là cuối cùng chịu sập bẫy hoàn toàn trong sự hô hào "chỉ tự do". Một người tự nguyện chấp nhận những hạn chế và rào cản mà không sợ các hạn chế và rào cản đó mới là người *tự do*. Một người không làm gì cả mà chỉ đấu tranh chống lại các hạn chế và rào cản thì thường sẽ bị *mắc bẫy*. Cách để có chiến tranh liên miên là "chối bỏ" tất cả chiến tranh.

Như có thể thấy trong bất cứ cuộc chơi nào, mục đích biến thành phản mục đích. Trong hầu hết các cuộc chơi trên sân giữa hai đội đều có vấn đề "mục đích phản mục đích". Đội này có ý định ghi bàn vào khung thành của đội kia và đội kia cũng có ý định ghi bàn vào khung thành của đội này. Các mục đích của các đội xung đột với nhau và chính sự xung đột giữa các mục đích như thế này tạo thành cuộc chơi.

Sự xung đột của các mục đích cho chúng ta cái mà chúng ta gọi là VẤN ĐỀ.

Vấn đề có chi tiết cấu trúc là các mục đích. Một vấn đề gồm có hai hoặc nhiều mục đích đối lập. Bạn gặp hoặc đã gặp vấn đề gì, điều đó không quan trọng, chi tiết cấu trúc cơ bản của vấn đề đó là "mục đích phản mục đích".

Khi thử nghiệm trên thực tế, trong Scientology người ta đã phát hiện ra rằng một người bắt đầu khổ sở vì những vấn đề khi người đó không có đủ vấn đề. Có câu cách ngôn (châm ngôn) xưa nói rằng nếu bạn muốn được việc thì giao việc đó cho người bận rộn làm. Tương tự như vậy, nếu bạn muốn có người bạn kết giao vui vẻ thì phải chắc rằng người đó là người có khả năng có nhiều vấn đề.

Từ điểm này chúng ta hiểu được thực tế kỳ lạ là tại sao trong các gia đình giàu có lại có tỷ lệ mắc chứng loạn thần kinh chức năng cao. Những người này chẳng có mấy việc để làm và có rất ít vấn đề. Những vấn đề cơ bản về thực phẩm, quần áo và nhà ở đều đã được giải quyết cho họ rồi. Vậy thì giả dụ, nếu quả đúng là hạnh phúc phụ thuộc duy nhất vào tự do của của cá nhân thôi, thì những người này lẽ ra phải hạnh phúc chứ. Ấy vậy mà họ lại không hạnh phúc. Điều gì mang lại nỗi bất hạnh cho họ? Chính là tình trạng thiếu các vấn đề.

Mặc dù quy trình ứng dụng thành công trong Scientology phụ thuộc vào việc xem xét đến cả ba yếu tố của cuộc chơi (mà quả thật đó là bí quyết làm con người trở nên tốt hơn: tính đến yếu tố tự do, rào cản và mục đích rồi làm cân bằng các yếu tố này), quả đúng là bạn có thể làm cho một người khỏe ra đơn thuần bằng cách ngồi lại với người đó và yêu cầu người đó "bịa ra các vấn đề", hết vấn đề này đến vấn đề khác. Có thể thấy tạo ra các vấn đề giả sẽ giải phóng tâm trí và làm tăng khả năng của người đó. Dĩ nhiên có một nhân tố khác có liên quan đến vấn đề này: bởi chính *người đó* là người đang tạo ra vấn đề, vì thế người đó đang trở nên có "tính quyết định bao trùm" về các vấn đề thay vì ngồi một chỗ với tất cả các vấn đề đối nghịch với mình.

Người bất hạnh là người liên tục tính toán làm sao để được tự do. Ta thấy điều này ở người thư ký liên tục tìm cách né tránh công việc. Mặc dù anh ta có rất nhiều thì giờ rảnh rỗi nhưng anh ta không thấy thích thú chút nào. Anh ta cố tránh quan hệ với mọi người, các vật thể, các loại năng lượng và những khoảng không gian. Cuối cùng anh ta bị mắc kẹt trong trạng thái dường như thẫn thờ. Nếu người thư ký này chỉ cần thay đổi suy nghĩ và bắt đầu "lo lắng" là làm thế nào để có thêm việc làm, mức độ vui sướng của anh ta sẽ nâng lên trông thấy.

Người luôn mưu tính cách "thoát khỏi mọi việc" sẽ trở thành kẻ khốn khổ. Người luôn nghĩ cách "tham gia vào mọi việc" sẽ có nhiều cơ hội hơn để trở nên hạnh phúc.

Dĩ nhiên còn có vấn đề bị buộc phải tham gia những cuộc chơi mà ta không hề thích thú gì. Người bị gọi nhập ngũ để ra chiến trường là một ví dụ rất tiêu biểu cho trường hợp này. Ta không quan tâm gì đến các mục đích của một cuộc chiến, ấy vậy mà ta vẫn thấy mình phải ra trận. Vì thế hẳn phải có thêm một yếu tố nữa.

Và yếu tố này là KHẢ NĂNG LỰA CHỌN.

Vậy thì ta có thể nói cuộc sống là một cuộc chơi và khả năng tham gia một cuộc chơi bao gồm lòng khoan dung đối với tự do và các rào cản cùng với cái nhìn sâu sắc về các mục đích bằng khả năng lựa chọn đối với hành động tham gia.

Bốn yếu tố này – *tự do, rào cản, mục đích* và *khả năng lựa chọn* – là những yếu tố chỉ đạo của cuộc sống. Cao hơn các yếu tố này chỉ có hai nhân tố và cả hai nhân tố đó đều có liên quan đến những yếu tố này. Yếu tố đầu tiên là khả năng *sáng tạo*, dĩ nhiên là cùng với cái mặt tiêu cực của nó, và khả năng *sáng tạo ngược lại*. Yếu tố thứ hai là khả năng *đặt thành định đề* (cân nhắc, nói một điều và làm cho điều đó thành sự thật).

Vậy, đây là bức tranh rộng lớn của cuộc sống. Khi làm cho cuộc sống nổi bật lên và làm cho nó ít bế tắc đi, những yếu tố này được sử dụng để hiểu nó.

"Vậy thì ta có thể nói cuộc sống là một cuộc chơi và khả năng tham gia một cuộc chơi bao gồm lòng khoan dung đối với tự do và các rào cản cùng với cái nhìn sâu sắc về các mục đích bằng khả năng lựa chọn đối với hành động tham gia."

CÁC PHẦN
CỦA CON NGƯỜI

Chương bảy

CÁC PHẦN CỦA CON NGƯỜI

á nhân có thể chia làm ba phần.

Phần thứ nhất trong ba phần này là linh hồn, trong Scientology gọi là THETAN.

Phần thứ hai trong ba phần này là TÂM TRÍ.

Phần thứ ba trong ba phần này là CƠ THỂ.

Có lẽ khám phá vĩ đại nhất của Scientology và đóng góp tích cực nhất của Scientology cho kiến thức về nhân loại là việc tách ra được, miêu tả và xử lý linh hồn con người. Hoàn thành vào tháng 7 năm 1952 tại Phoenix – Arizona, tôi đã xác lập theo phương thức khoa học (chứ không phải niềm tin đơn thuần) rằng: cái mà là chính người đó, là nhân cách đó, lại có thể tách biệt với cơ thể và tâm trí theo ý muốn mà không gây ra cái chết cho cơ thể hoặc rối loạn tâm trí.

Trong các thời đại trước đây đã có tranh luận đáng kể về hồn hay linh hồn con người. Những nỗ lực khác nhau nhằm kiểm soát Con người sở dĩ đạt hiệu quả là nhờ tình trạng gần như hoàn toàn thiếu hiểu biết của Con người về nhân dạng của chính mình.

Về sau này, các nhà duy linh đã tách riêng khỏi con người cái mà họ gọi là "thiên thể". Cùng với điều này, các nhà duy linh đã có thể làm việc để đạt được những mục đích khác nhau của chính mình. Trong Scientology, bản thân linh hồn đã tách biệt với cái mà các nhà duy linh gọi là thiên thể và không nên lẫn lộn giữa hai yếu tố này. Do bạn biết bạn đang ở nơi mà mình đang ở vào lúc này nên bạn cũng sẽ biết nếu mình (một linh hồn) bị tách khỏi tâm trí và cơ thể. Trước đây Con người chưa khám phá ra điều này do thiếu các kỹ thuật của Scientology, Con người có rất ít hiện thực về việc mình tách khỏi tâm trí và cơ thể. Bởi vậy Con người quan niệm mình là tâm trí và cơ thể (chí ít cũng là một phần như vậy). Toàn bộ sự sùng bái chủ nghĩa cộng sản đều dựa trên thực tế là ta chỉ sống có một lần, rằng không có kiếp sau và rằng cá nhân không có ý nghĩa gì về mặt tín ngưỡng cả. Con người nói chung đã rất gần với tình trạng này, ít nhất là trong suốt thế kỷ qua. Tình trạng (trạng thái) này nằm ở tầm mức rất thấp, ngoại trừ mọi cái bản thân tự nhận ra (như vẫn thường xảy ra).

ℒINH HỒN

Trong Scientology, THETAN (linh hồn) được miêu tả là không có khối, không có bước sóng, không có năng lượng và không có thời gian hoặc vị trí trong không gian, trừ trường hợp do suy xét hoặc do đặt thành định đề.

Như vậy linh hồn không phải là một *vật*. Nó là *cái sáng tạo ra* mọi vật.

Nơi cư ngụ thông thường của thetan là trong hộp sọ hoặc gần cơ thể. Thetan có thể ở một trong bốn trạng thái:

1. Thứ nhất là trạng thái hoàn toàn tách biệt với một hoặc nhiều cơ thể, hay thậm chí tách biệt với vũ trụ này.

2. Thứ hai là trạng thái ở gần cơ thể và biết là mình đang kiểm soát cơ thể đó.

3. Thứ ba là trạng thái ở trong cơ thể đó (trong hộp sọ).

4. Thứ tư là trạng thái nghịch đảo, theo đó thetan buộc phải ở cách xa cơ thể và không đến gần cơ thể được.

Mỗi trạng thái trong bốn trạng thái này đều có các mức độ (phân mục). Trạng thái tối ưu nhất trong các trạng thái này (theo lập trường của Con người) là trạng thái thứ hai.

Thetan dễ bị thoái hóa. Thoạt tiên, điều này thật khó hiểu vì toàn bộ hoạt động của thetan chỉ gồm có *suy xét* hoặc *đặt thành định đề*. Thông qua những định đề của mình, thetan sử dụng các phương pháp khác nhau để kiểm soát cơ thể. Việc thetan thoái hóa là điều dễ nhận thấy. Nhưng việc thetan có thể trở lại trạng thái toàn vẹn về khả năng bất cứ lúc nào cũng là điều có thật. Trong việc thetan liên kết thực thể tính với khối và hành động, thetan không tự coi mình là có nhân dạng hoặc tên riêng, trừ phi thetan có liên quan với một hay nhiều trò chơi cuộc sống.

Các quy trình của Scientology có thể thiết lập điều này cho cá nhân với độ nhanh chậm khác nhau. Một trong nhiều mục tiêu của quy trình ứng dụng trong Scientology là làm cho cá nhân "phân thân" và đặt cá nhân đó vào trạng thái thứ hai nêu trên (ở gần cơ thể và biết là mình đang kiểm soát cơ thể đó), bởi một điều đã được khám phá ra là cá nhân đó vui vẻ hơn và có khả năng hơn khi ở vào vị trí đó.

TÂM TRÍ

TÂM TRÍ là một hệ thống giao tiếp và kiểm soát giữa thetan và môi trường của thetan đó. Thetan thiết lập các hệ thống kiểm soát khác nhau để có thể tiếp tục điều khiển cơ thể và thông qua cơ thể đó, thetan điều khiển mọi vật trong vũ trụ vật chất này cũng như các cơ thể khác. Phần rõ ràng nhất của tâm trí thì bất kỳ ai không ở trong tình trạng nghiêm trọng cũng có thể nhận ra được. Đó là "hình ảnh sao lại trong tâm trí". Trong Scientology chúng ta gọi hình ảnh sao lại trong tâm trí này là bản sao khi nó là "ảnh" của vũ trụ vật chất vào lúc nào đó trong quá khứ. Chúng ta gọi hình ảnh sao lại trong tâm trí này là *ma két* khi nó được tạo ra bởi thetan hoặc cho thetan và không bao gồm ảnh của vũ trụ vật chất. Chúng ta gọi hình ảnh sao lại trong tâm trí là "ảo giác" hoặc đúng hơn là *yếu tố tự động* (cái không có kiểm soát) khi nó do người khác tạo ra và do bản thân nhìn thấy.

Các hiện tượng khác nhau tự kết nối với thực thể này gọi là tâm trí. Một số người khi nhắm mắt chỉ thấy bóng tối. Một số người thấy hình ảnh. Một số người thấy hình ảnh do các phản ứng cơ thể tạo nên. Có những người chỉ thấy màn hình đen. Những người khác thì thấy các đường kẻ vàng. Những người khác nữa thì thấy khoảng trống. Song mấu chốt của toàn bộ hệ thống gọi là tâm trí này là *đặt thành định đề* và *nhận thức*. Mười ngàn hiện tượng tâm trí mới, riêng biệt, cho đến nay chưa được các nhà quan sát trước đây nhận ra, đã được phân loại dễ dàng trong Scientology và Dianetics (phân ngành của Scientology chỉ áp dụng cho tâm trí).

Qua hệ thống giao tiếp gọi là tâm trí, thetan thu nhận những ấn tượng khác nhau, kể cả những quang cảnh trực tiếp của vũ trụ vật chất. Thêm vào đó, thetan thu nhận những ấn tượng từ các hoạt động trước đây và điều quan trọng nhất là chính bản thân thetan khi gần với trạng thái biết hoàn toàn, vẫn hiểu mọi việc về quá khứ và tương lai là những điều không phụ thuộc vào các tác nhân kích thích hiện có ngay lúc này. Tâm trí – nhìn tổng thể – không phải là cơ chế kích thích-phản ứng [như tâm lý học của chủ nghĩa Mác trước đây (một thời dạy ở các trường đại học) có lẽ đã làm cho ta tin].

Tâm trí có ba phần chính:

Phần thứ nhất có thể gọi là TÂM TRÍ PHÂN TÍCH.

Phần thứ hai là TÂM TRÍ PHẢN ỨNG.

Và phần thứ ba là TÂM TRÍ CẤP CƠ THỂ.

Tâm trí phân tích

TÂM TRÍ PHÂN TÍCH kết hợp những nhận thức về môi trường *trực tiếp*, về *quá khứ* (thông qua các hình ảnh) và những đánh giá về *tương lai* thành các kết luận dựa trên hiện thực của các tình huống. Tâm trí phân tích kết hợp trạng thái biết tiềm tàng của thetan với những điều kiện của môi trường xung quanh thetan và đưa thetan tới những kết luận độc lập. Có thể nói tâm trí này gồm có hình ảnh qua thị giác (hoặc về quá khứ hoặc về vũ trụ vật chất) do trạng thái biết của thetan theo dõi và kiểm duyệt.

Mấu chốt của tâm trí phân tích là *ý thức*– một người biết mình đang đi đến kết luận gì và biết mình đang làm gì.

Tâm trí phản ứng

TÂM TRÍ PHẢN ỨNG là cơ chế kích thích-phản ứng. Được hình thành một cách cứng cáp và có khả năng hoạt động trong những hoàn cảnh nguy ngập, tâm trí phản ứng *không bao giờ* ngừng hoạt động. Những hình ảnh ở tầm mức rất thấp được tâm trí này ghi nhận về môi trường, ngay cả trong những tình trạng không tỉnh táo. Tâm trí phản ứng hành động *ở dưới* cấp có ý thức. *Nó* đúng là tâm trí kích thích-phản ứng. Đưa ra một tác nhân kích thích nhất định, nó sẽ cho một phản ứng nhất định.

Toàn bộ chủ đề của chính Dianetics liên quan chủ yếu tới tâm trí độc nhất này.

Mặc dù tâm trí này là loại "suy nghĩ", khả năng của tâm trí phản ứng để đi đến kết luận có lý trí kém đến nỗi chúng ta thấy trong tâm trí phản ứng những xung lực lệch lạc bị nhìn chằm chằm vào như những điều kỳ quặc về nhân cách, những điều lập dị, chứng loạn thần kinh chức năng và rối loạn tâm thần. Chính tâm trí này tích trữ tất cả những điều tồi tệ đã xảy ra với ta và quẳng những điều tồi tệ đó lại cho ta vào những lúc khẩn cấp hoặc nguy hiểm nhằm sai khiến những hành động của ta theo phương châm mà trước đó được coi là "an toàn". Vì có một chút suy nghĩ liên quan đến điều này, các phương hướng hành động do tâm trí phản ứng sai khiến thường là không an toàn mà lại vô cùng nguy hiểm.

Tâm trí phản ứng "dịch" từ ngữ và hành động hoàn toàn *nguyên văn*. Vì nó ghi nhận các hình ảnh và ấn tượng trong những khoảnh khắc không tỉnh táo, một cụm từ thốt ra khi bị cú đấm có khả năng được tâm trí phản ứng dịch lại nguyên văn, rồi trở nên có tác dụng đối với cơ thể và tâm trí phân tích vào những lần sau đó.

Cấp nhẹ nhất của trường hợp như thế này là quá trình huấn luyện gian khổ, trong đó một nếp được đặt vào tâm trí để sau này sử dụng khi chịu tác động của tác nhân kích thích đã cho nhất định.

Mức độ khắc nghiệt hơn và ít có có hiệu quả hơn là trạng thái hôn mê thôi miên mà tâm trí dễ bị ảnh hưởng. Từ ngữ do sự chú ý cố định làm cho có khả năng gây ấn tượng có thể ngay lập tức khắc sâu vào tâm trí phản ứng và tâm trí phản ứng sẽ có khả năng hoạt động khi bị "tái kích thích" vào những lần sau đó.

Mức độ thấp hơn nữa trong tâm trí phản ứng là khi ta có liên quan tới những cú đấm, độc dược, bệnh tật, đau đớn và những tình trạng không tỉnh táo khác. Những lời nói quanh người bị gây mê có thể có tác động về sau này đối với người đó. Có một điều không nhất thiết đúng là mỗi và mọi phần của một ca mổ đều được tâm trí phản ứng của người bệnh bất tỉnh thận trọng "chụp ảnh". Nhưng đúng là có rất nhiều các tác nhân kích thích như thế này được ghi lại. Im lặng hoàn toàn ở khu vực gần người đang bị gây mê, người bị bất tỉnh hoặc đang đau nặng là điều bắt buộc nếu ta muốn giữ gìn sức khỏe tâm trí cho người đó hoặc cho người bệnh về sau này.

Có lẽ hành động mang tính trị liệu nhất có thể xảy ra đối với cá nhân khi đang làm quy trình ứng dụng Scientology là hành động tách thetan ra khỏi tâm trí để thetan (không bị cưỡng ép và với trạng thái biết hoàn toàn) có thể nhìn nhận chính mình và tâm trí của mình để rồi hành động cho phù hợp.

Tuy nhiên, có một loại phân thân lệch lạc nhất trong tất cả những hành động gây tổn thương (tổn thương về mặt tâm trí). Đó là tình trạng cá nhân bị đưa tới rất gần với cái chết thông qua chấn thương, phẫu thuật, liệu pháp sốc, nhằm làm cho cá nhân đó phân thân ra khỏi cơ thể và tâm trí. Phân thân do bị cưỡng ép như thế này là rất bất ngờ và đối với người bệnh, điều này là không thể giải thích được, mà về bản chất nó gây sốc mạnh. Khi việc này xảy ra đối với cá nhân, một điều chắc chắn là về sau này cá nhân đó sẽ bị tâm thần do trải nghiệm đó. Có thể nói khi tâm trí phản ứng chứa những cú sốc bất ngờ do phân thân trong tình trạng bị cưỡng ép, những cố gắng để làm cho cá nhân đó phân thân về sau này của Scientology sẽ khó khăn hơn. Tuy nhiên, quy trình ứng dụng hiện đại đã khắc phục điều này.

Hiện tượng phân thân do bị cưỡng ép có những lúc kèm theo tình trạng bùng nổ năng lượng trong các bản sao khác nhau của tâm trí và những điều này liên kết chéo trong tâm trí phản ứng. Vì thế mọi người sợ phân thân và nhiều khi bị sinh bệnh chỉ vì bàn đến hiện tượng này bởi thực tế là họ đã phân thân do bị cưỡng ép trong một ca mổ hoặc tai nạn nào đó. Phân thân do bị cưỡng ép là đặc trưng của chính cái chết. Vì thế phân thân hay xuất hồn nói chung bị liên tưởng tới cái chết trong tâm trí của hầu hết mọi người. Có một điều không nhất thiết đúng là một người sẽ chết vì người đó phân thân. Lại càng không đúng khi nói phân thân không kèm theo sốc, đau đớn hoặc cưỡng ép thì dù thế nào cũng vẫn đau đớn. Quả thực, điều đó lại rất có tính trị liệu.

Tâm trí cấp cơ thể

Phần thứ ba của tâm trí là TÂM TRÍ CẤP CƠ THỂ. Đây là loại tâm trí hạng nặng, thậm chí còn hơn cả tâm trí phản ứng vì nó không hề chứa "suy nghĩ" mà chỉ bao gồm "hành động". Những xung lực do thetan đặt vào vị trí tương phản với cơ thể, thông qua các cơ cấu tâm trí khác nhau, đạt tới mức độ chủ động, không chủ động hay mức độ tuyến. Những xung lực này đặt ra các phương pháp phân tích cho bất kỳ tình huống đã cho nào và do đó phản ứng trực tiếp với các câu lệnh đã cho.

Đáng tiếc là tâm trí cấp cơ thể bị lệ thuộc vào từng loại tâm trí cao hơn nó trên thang độ và lệ thuộc vào thetan. Nói cách khác, thetan có thể tác động đến tâm trí cấp cơ thể một cách độc lập. Tâm trí phân tích có thể tác động đến tâm trí cấp cơ thể. Tâm trí phản ứng có thể tác động đến tâm trí cấp cơ thể. Do đó chúng ta có thể thấy các tế bào thần kinh, hệ thống tuyến, các cơ bắp và khối của cơ thể lệ thuộc vào các xung lực khác nhau, mỗi xung lực ở tầm mức thấp hơn xung lực kế tiếp. Vì vậy, không có gì lạ khi khám phá ra cái mà ta gọi là bệnh "tâm thể". Ở đây tồn tại một trạng thái khi thetan không có ý thức là đã đặt gánh nặng các câu lệnh và các tình trạng rối loạn tâm trí khác nhau lên tâm trí cấp cơ thể. Thetan cũng không có ý thức về sự tham gia của chính mình vào tâm trí phân tích đã gây ra tác động chống lại cơ thể như thế này. Trong trường hợp đó, thetan ít khi có ý thức về tâm trí phản ứng, bởi vậy tâm trí phản ứng có thể (với nội dung kích thích-phản ứng của mình) dùng bản thân để gây tác động trực tiếp lên các tế bào thần kinh, cơ bắp và hệ thống tuyến của cơ thể mà không cần có thêm nguồn trợ giúp hay lời khuyên nào. Trong trường hợp đó tâm trí phản ứng có thể nắm "quyền chỉ huy" cố định tại chỗ, gây ra tình trạng rối loạn tâm trí ở tâm trí cấp cơ thể. Lúc đó bệnh tật có thể tồn tại, có thể cảm thấy những đau đớn kỳ quặc, những trường hợp bị trẹo và lệch lạc thực sự của cơ thể có thể xảy ra mà thetan không hề biết một cách có ý thức. Chúng ta gọi tình trạng này là "bệnh cơ thể do tâm trí gây ra". Nói ngắn gọn, bệnh tật như thế là do các nhận thức nhận được trong tâm trí phản ứng trong những lúc đau đớn và không tỉnh táo gây ra.

Dù bản sao trong tâm trí có được thu nhận hay không khi thetan đang tỉnh hoặc không tỉnh táo, khối mang lại của "hình ảnh năng lượng" là *năng lượng* – hệt như bạn thấy năng lượng trong bóng đèn điện hoặc năng lượng từ những ngọn lửa. Đã có lúc "năng lượng tâm trí" được cho là khác với "năng lượng tự nhiên". Trong Scientology một điều đã được khám phá ra là năng lượng tâm trí chỉ là năng lượng tự nhiên tinh tế hơn và ở mức độ cao hơn.

Kiểm tra vấn đề này đi đến kết luận rằng khi thetan tạo ma két (sáng tạo) những hình ảnh sao lại trong tâm trí và bắt cơ thể phải nhận các hình ảnh đó vào, thetan có thể làm tăng khối cơ thể, và ngược lại, bằng cách vứt bỏ các hình ảnh đó đi, có thể làm giảm khối cơ thể. Cuộc kiểm tra này đã được thực hiện trên thực tế, đã làm cơ thể tăng và giảm tới 13 cân rưỡi (thực sự đo được bằng cân) bằng cách tạo ra năng lượng tâm trí.

Năng lượng là năng lượng. Nó có các bước sóng khác nhau và các đặc tính khác nhau. Các hình ảnh sao lại trong tâm trí có khả năng phản ứng đối với môi trường tự nhiên, mà môi trường tự nhiên lại có khả năng phản ứng đối với các hình ảnh sao lại trong tâm trí.

Bởi vậy tâm trí thực sự gồm có các không gian, các năng lượng và các khối giống như vũ trụ vật chất– có chăng nó chỉ nhẹ hơn và khác về kích thước và bước sóng mà thôi.

Để có được bức tranh toàn diện hơn nhiều về tâm trí, ta nên đọc cuốn *"Dianetics: Luận điểm khởi thủy"* và *"Dianetics: Ngành khoa học hiện đại về sức khỏe tâm trí".* Những cuốn sách này viết trước khi có khám phá về các cấp tồn tại cao hơn và là bức tranh hết sức hoàn chỉnh về chính tâm trí, về cấu trúc của tâm trí cùng những điều có thể gây ra cho nó và thực hiện được với nó.

CƠ THỂ

Phần thứ ba của Con người là CƠ THỂ vật chất. Phần này tốt nhất là nghiên cứu qua các sách như *"Phân tích cấu trúc của Gray"* và các sách vở khác về giải phẫu. Đây là lĩnh vực của bác sĩ y khoa và thường là của nhà tâm thần học và tâm lý học thời xưa – những người chủ yếu đã có liên quan đến "tôn thờ thể xác". Cơ thể là bộ môn nghiên cứu hoàn toàn chỉ về cấu trúc, mà các hành động và phản ứng giữa những cấu trúc khác nhau của cơ thể thì phức tạp và vô cùng thú vị.

Khi Scientology xác minh khoa lý sinh, Scientology làm như vậy là vì có những khám phá khác nhau đã được tích lũy liên quan đến năng lượng tâm trí khi nó phản ứng với năng lượng tự nhiên và liên quan đến các hoạt động diễn ra trong cơ thể do những tương tác này. Khoa lý sinh chỉ trở nên khả thi khi Scientology đã khám phá ra rằng quanh cơ thể có điện trường cố định và điện trường này tồn tại hoàn toàn độc lập với tâm trí con người nhưng có thể chịu ảnh hưởng của tâm trí con người. Cơ thể tồn tại trong không gian của riêng nó. Không gian đó được tạo ra bởi những *điểm neo* (những điểm được neo lại trong không gian khác với không gian vũ trụ vật chất quanh cơ thể). Tính phức tạp của những điểm neo này có thể gây ra một loạt các luồng điện tử độc lập và những luồng này có thể là nguyên nhân dẫn đến nhiều khó chịu cho cá nhân. Cấu trúc cân bằng của cơ thể (ngay cả hành động chung và các đặc tính về thể chất của cơ thể) cũng có thể bị biến đổi khi thay đổi điện trường này là điện trường tồn tại cách xa cơ thể hoặc bên trong cơ thể.

Điện trường này là cấp tối cao và nó giám sát cấu trúc thể chất thực sự của cơ thể . Vì thế cơ thể không những bị ảnh hưởng của ba loại tâm trí, nó còn bị ảnh hưởng bởi điện trường của chính nó nữa.

(Một chuyên gia Scientology có thể phát hiện điện trường này cho một người bình thường và có thể điều chỉnh điện trường ấy mặc dù điều này không hề là mục đích chủ yếu của nhà Scientology chút nào).

Do vậy, sử dụng sốc điện đối với cơ thể nhằm bất cứ mục đích gì đều rất nguy hiểm và không được những người có óc xét đoán dung thứ. Dĩ nhiên, sử dụng sốc điện chưa bao giờ được định ra để trị liệu mà chỉ được định ra để mang lại "sự phục tùng" bằng cưỡng ép và – tới mức độ có thể khám phá được – để biến toàn bộ tình trạng thiếu sáng suốt thành nỗi kinh hoàng. Sốc điện làm rối loạn điện trường trong khu vực gần cơ thể và *luôn luôn* kéo theo sức khỏe kém hoặc những khó khăn về thể chất và *không bao giờ* làm gì khác ngoài đẩy người đó đến chỗ chết nhanh hơn. Những người sử dụng sốc điện đã nói rằng nếu họ bị khước từ kiểu chết êm ái (quyền giết những người bị coi là gánh nặng cho xã hội) thì ít nhất họ cũng sẽ sử dụng "kiểu chết êm ái một phần" dưới dạng sốc điện, phẫu thuật não và độc dược. Tuy nhiên những cách "điều trị" này trong một tỷ lệ tương đối lớn các trường hợp đều mang lại kiểu chết êm ái... đúng như *mong đợi*.

Kiến thức về cấu trúc tâm trí *và* cấu trúc thể chất của cơ thể lẽ ra phải là điều cần thiết để điều trị cho cơ thể. Ấy vậy mà trước Scientology kiến thức này chưa hề tồn tại. Bác sĩ y khoa đã đạt được nhiều kết quả chỉ nhờ làm việc với cấu trúc và các sản phẩm hóa sinh. Còn trong lĩnh vực phẫu thuật cấp cứu, sản khoa và khoa chỉnh hình thì bác sĩ là người không thể thiếu trong xã hội. Tuy vậy, y học thậm chí còn không có định nghĩa cho "tâm trí" và cũng không có ý định thâm nhập vào lĩnh vực mà đúng ra là thuộc về Scientology.

Ba phần này của Con người– *Thetan, tâm trí* và *cơ thể* – mỗi phần là một bộ môn nghiên cứu khác nhau, song chúng ảnh hưởng đến nhau rõ rệt và liên tục. Trong ba phần thì thực thể có vị thế cao hơn cả là thetan. Bởi nếu không có thetan thì sẽ không có tâm trí hoặc hoạt động sống của cơ thể. Trong khi đó, không có cơ thể hoặc tâm trí thì trong thetan vẫn có hoạt động sống và sự sống.

Thetan *là* chính người đó. Bạn là BẠN *ở trong* một cơ thể.

"Ba phần này của Con người — Thetan, tâm trí và cơ thể — mỗi phần là một bộ môn nghiên cứu khác nhau, song chúng ảnh hưởng đến nhau rõ rệt và liên tục. Trong ba phần thì thực thể có vị thế cao hơn cả là thetan."

ᐯARA-SCIENTOLOGY

Nhiều suy đoán đã được đặt ra trong lĩnh vực PARA-SCIENTOLOGY.

Para-Scientology bao gồm tất cả những điều không chắc chắn và những lĩnh vực chưa biết của sự sống. Những điều không chắc chắn và những lĩnh vực này chưa được khám phá và giải thích hoàn chỉnh. Tuy nhiên, do các cuộc nghiên cứu đã tiến xa, ngày càng trở nên rõ ràng rằng hoạt động cao hơn của sự sống là hoạt động của thetan và hoạt động mà không có linh hồn thì chẳng có sự sống nào tiếp tục tồn tại. Trong giới côn trùng, việc mỗi con côn trùng có do một linh hồn điều khiển hay không, hoặc việc một linh hồn có điều khiển số lượng lớn các côn trùng hay không, chưa được xác lập. Đột biến và tiến hóa xảy ra như thế nào (nếu có) cũng không được xác lập. Tạo hóa chung của vũ trụ vật chất chỉ là suy đoán vì Scientology không thâm nhập động lực Thứ tám. (Xem "Chương bốn: Tám động lực").

Tuy nhiên, một số sự thật đã hoàn toàn được biết đến:

1. Sự thật đầu tiên trong số này là chính bản thân cá nhân là linh hồn đang kiểm soát cơ thể thông qua tâm trí.

2. Sự thật thứ hai trong số này là thetan có khả năng tạo ra không gian, năng lượng, khối và thời gian.

3. Sự thật thứ ba trong số này là thetan có thể tách biệt với cơ thể mà không có hiện tượng chết, có thể xử lý và kiểm soát cơ thể hoàn toàn từ bên ngoài cơ thể đó.

4. Sự thật thứ tư trong số này là thetan không muốn nhớ kiếp sống mà mình vừa mới sống sau khi lìa khỏi cơ thể và tâm trí.

5. Sự thật thứ năm trong số này là một người đang hấp hối luôn luôn phân thân.

6. Sự thật thứ sáu trong số này là người đó, khi đã phân thân rồi, thường trở lại một hành tinh nào đó để kiếm một cơ thể khác, thường là cùng loài với trước đây.

"I need to find a vet for her," Kay said once they were in the car.

"Everyone takes their animals to Allison Maclaine. She was a couple years ahead of Steve and me in school."

Kay's thanks were muffled. He turned and saw that she was twisted in the seat, facing the back, where Chester lay serenely.

"Stop worrying," he said. "It looks like she's a good traveler."

"I wasn't worrying exactly. I was wondering if she's regretting this."

"Are you kidding? She's thrilled—as long as she's with you."

"God, doesn't she know she can't go around giving out trust that way."

She'd clearly meant the comment to be light, maybe even funny. She'd failed.

CHAPTER TEN

"WHY ARE WE stopping here?"

Here was a structure of brick, frame and stucco cobbled together, with a three-quarters full parking lot and a sign proclaiming "The Toby."

"It's a must-see stop on the Tobias tour. Besides, with all the attention we've paid to this dog's diet, you and I haven't gotten dinner. The Toby isn't haute cuisine, but it'll keep us from starving."

"You mean leave Chester in the car? Alone? She'll feel deserted. It's too soon. And she could get heat-stroke. Or—"

"Relax. I'll get takeout, you stay with Chester. There's a picnic table."

Sitting on the bench while Chester sniffed under the table, Kay admitted this was a good idea. Trees held off the slanting sun with long, cool shadows, while the light turned golden.

This had never been her favorite time of day. As a kid it was when her parents prepared to go out. After daylight, before nightlife ignited. Catching a sunset in Manhattan wasn't impossible, but usually required planning to be where the western view wasn't blocked. A sunset was a goal, an occasion. Here it was part of everyday life. She liked that.

She slipped off her sandals and wiggled her toes in the warm grass.

"Hey, Kay, look who I found inside."

Rob strode toward her. For a flash, it was like the moment she'd come down the stairs at Bliss House. All she could see was him, all she could feel—

No. She forced her focus wider. Behind him walked Annette and Steve, also carrying a bag, and Suz and Max.

hoàn toàn vượt ra ngoài kiểm soát. Nếu một người bị dừng quá thường xuyên trong cuộc sống, thì người đó trở thành kẻ thù của sự dừng. Nếu người đó không thích dừng một cách mãnh liệt, bản thân người đó sẽ không dừng mọi cái. Loạn thần kinh chức năng và rối loạn tâm thần (mọi loại) đều là hoàn toàn không có khả năng bắt đầu, thay đổi hoặc dừng.

Khi bàn về vấn đề những phần của Con người, chúng ta khám phá ra rằng mọi cái liên quan đến hành động, hoạt động và hành vi đều do thetan khởi đầu. Sau bước khởi đầu như vậy, thetan có thể bị nhụt đi hoặc bị trệch hướng và có hành động khiến cho sự chú ý của mình bị dồn quá nhiều theo chiều hướng này hay chiều hướng khác, rồi thetan bắt đầu bị tình trạng không có ba khả năng này. Tuy nhiên, mỗi một phần trong ba phần của Con người đều lệ thuộc vào chi tiết cấu trúc của kiểm soát. Trước hết, cá nhân bắt đầu bằng tình trạng bản thân không có khả năng (và không có sự giúp đỡ) bắt đầu, thay đổi và dừng. Sau đó tâm trí có thể trở thành hay bị những tình trạng vô năng này và không có khả năng bắt đầu, thay đổi hoặc dừng theo ý muốn. Rồi chính cơ thể cũng có thể bị ba tình trạng vô năng này và không có khả năng bắt đầu, thay đổi và dừng.

Tuy thế, điều lạ lùng là môi trường có thể có tác động tới cá nhân đến mức cơ thể của thetan trở thành bất lực do chính mình không có sự lựa chọn nào. Tương tự như vậy, tâm trí có thể trở nên bất lực vì cả cơ thể lẫn thetan đều không có sự lựa chọn nào. Song chính thetan (vượt lên trên việc quan sát tác động của các nguyên nhân khác nhau và vượt lên trên việc đã khởi đầu tư duy là phải ở đó) lại chỉ có thể bị bất lực do trở nên quá thiên lệch, do trở nên quá ít "Tính quyết định bao trùm", và vì thế tự đưa mình vào những chỗ khó khăn. Tuy vậy, những khó khăn này hoàn toàn là những khó khăn từ suy xét mà ra. Bởi khi thetan *cho là* như vậy thì thetan *là* như vậy.

Trong phần phân tích cuối cùng, thetan không hề có vấn đề gì của bản thân mình. Những vấn đề luôn luôn là "những vấn đề của người khác" và phải tồn tại trong tâm trí, cơ thể, ở những người khác hoặc trong môi trường xung quanh, thì *thetan* mới có các vấn đề. Do đó những khó khăn của thetan chủ yếu là những khó khăn nằm trong cuộc chơi và những khó khăn giữ cho cuộc chơi được tiếp tục.

Nếu thetan có thể bị bất kỳ điều gì thì nó đang bị *"ngoại sáng tạo"* (sáng tạo chống lại quá triệt để). Những biểu hiện của "ngoại sáng tạo" có thể là phá hủy những cái bản thân sáng tạo và áp đảo sự hiện diện của những sáng tạo khác. Vì vậy thetan có thể bị làm cho tin là mình bị mắc bẫy nếu thetan bị "ngoại sáng tạo".

Trong các bài luận văn trước đây về chủ đề tâm trí và các triết lý về sự sống đã có rất nhiều suy đoán mà lại có quá ít bằng chứng thực sự. Do đó các triết lý này là những sáng tạo, còn một triết gia thì làm công việc "ngoại sáng tạo" một triết gia khác.

Trong Scientology chúng ta có sự khác biệt duy nhất này: Chúng ta giải quyết *những khám phá.*

Những điều duy nhất được sáng tạo về Scientology là những cuốn sách và tác phẩm thực sự mà Scientology được trình bày trong đó. Các hiện tượng của Scientology được khám phá và được tất cả mọi người và mọi dạng sống cho là đều có chung. Trong Scientology không hề có nỗ lực nào nhằm "ngoại sáng tạo" mỗi và mọi thetan đến với nó. Dĩ nhiên có thể quan niệm Scientology là một sáng tạo và quan niệm là nó đang áp đảo. Scientology nên được nhìn nhận theo cách khác vì nó được định ra để trợ giúp sự sống nói chung, để làm cho sự sống có khả năng tạo ra nền văn minh tốt hơn và cuộc chơi tốt hơn.

"*Scientology... được định ra
để trợ giúp sự sống nói chung,
để làm cho sự sống có khả năng tạo ra
nền văn minh tốt hơn và cuộc chơi tốt hơn.*"

CHỦ ĐỘNG
VÀ
"KIẾN THỨC"

CHỦ ĐỘNG VÀ "KIẾN THỨC"

S cientology cấu tạo bởi nhiều tiên đề (những sự thật hiển nhiên). Có khoảng năm mươi tám tiên đề như thế này cùng với hai trăm tiên đề nữa của Dianetics là những tiên đề có trước các tiên đề Scientology.

Mười tiên đề đầu tiên của Scientology là:

TIÊN ĐỀ 1: *Sự sống về cơ bản là yếu tố tĩnh.*

Định nghĩa: Sự sống tĩnh không có khối, không có chuyển động, không có bước sóng, không có vị trí trong không gian hoặc thời gian. Nó có khả năng đặt thành định đề và nhận thức.

Định nghĩa: Trong Scientology, cụm từ "đặt thành định đề" có nghĩa là tạo suy nghĩ hay suy xét. Đó là cụm từ ứng dụng đặc biệt và được định nghĩa là "suy nghĩ chủ động".

TIÊN ĐỀ 2: *Yếu tố tĩnh có khả năng về suy xét, đặt thành định đề và quan niệm.*

TIÊN ĐỀ 3: *Không gian, năng lượng, các vật thể, dạng và thời gian là kết quả của những suy xét do hay không do yếu tố tĩnh tạo ra và/hoặc tán thành, và nhận thức thuần túy bởi vì yếu tố tĩnh cho rằng nó có thể nhận thức những điều đó.*

TIÊN ĐỀ 4: *Không gian là quan điểm về các chiều.*

(Không gian là do nhìn ra từ một điểm mà nên. Thực tế duy nhất của không gian là suy xét đã được tán thành mà ta nhận thức thông qua điều gì đó và điều này chúng ta gọi là không gian).

TIÊN ĐỀ 5: *Năng lượng bao gồm các phần tử được mặc nhiên công nhận trong không gian.*

(Ta cho rằng năng lượng tồn tại và rằng ta nhận thức được năng lượng. Ta cũng cho rằng năng lượng hoạt động theo những quy luật đã được tán thành nhất định. Những giả định hoặc suy xét như thế này là toàn bộ của năng lượng.)

TIÊN ĐỀ 6: *Các vật thể bao gồm những phần tử tập hợp và bao gồm cả các khối rắn.*

TIÊN ĐỀ 7: *Thời gian về cơ bản là định đề rằng không gian và các phần tử sẽ tồn tại mãi.*

(Tỷ lệ tồn tại mãi của các phần tử này là cái mà chúng ta đo bằng đồng hồ và chuyển động của các thiên thể.)

TIÊN ĐỀ 8: *Vẻ ngoài của thời gian là sự thay đổi vị trí của các phần tử trong không gian.*

TIÊN ĐỀ 9: *Thay đổi là biểu hiện chính của thời gian.*

TIÊN ĐỀ 10: *Mục đích cao nhất trong vũ trụ này là tạo ra ảnh hưởng.*

Mười tiên đề đầu tiên này của Scientology là những "sự thật" căn bản nhất (theo đó chúng ta có ý nói đến "những suy xét thường có").

Ở đây chúng ta có tư duy và sự sống cùng với vũ trụ vật chất trong quan hệ của chúng, cái này liên quan đến cái kia. Bất kể những suy xét, ý kiến, giả định và những điều kiện xa hơn, nằm dưới tất cả những điều ấy là mười sự thật đầu tiên này.

Cứ như thể ta đã bước vào một cuộc mặc cả danh dự với các sinh thể đồng loại để giữ những điều này chung cho tất cả mọi người. Một khi điều này được thực hiện, hoặc một khi "khế ước" hay thỏa thuận như vậy tồn tại, ta có những nguyên tắc căn bản của vũ trụ. Những suy xét chuyên biệt dựa trên các tiên đề trên tạo ra loại vũ trụ này hay vũ trụ khác. Vũ trụ vật chất mà chúng ta thấy quanh mình và là nơi chúng ta đang sống đã được tạo ra dựa trên những nguyên tắc căn bản này mà không cần xét đến Ai đã tạo ra nó. Việc sáng tạo ra vũ trụ này đã được tán thành. Để nhận thức vũ trụ này, ta phải đồng ý là nó tồn tại.

Có ba loại VŨ TRỤ:

1. Loại thứ nhất, trên hết và hiển nhiên nhất là *vũ trụ vật chất* gồm những khoảng không gian, các vì sao, các mặt trời, đất đai, biển cả, không khí và các dạng sống.

2. Kế đó là *vũ trụ của người khác*, có thể được hoặc không được bạn bè, người quen của người đó tán thành. Vũ trụ này do người đó giữ cho riêng mình. Hiện tượng của vũ trụ này được bao gồm trong lĩnh vực về tâm trí như đã mô tả lúc trước.

3. Được liệt kê cuối cùng ở đây nhưng lại được nhận thức trước tiên, đó là *vũ trụ của bản thân ta*.

Hiện tượng của các vũ trụ là hiện tượng rất lý thú vì vũ trụ của bản thân ta có thể bị các vũ trụ của những người khác áp đảo. Trong Scientology, chúng ta gọi những điều này là những "hóa trị" (có thêm các nhân cách, bản thân, thực thể tính biểu hiện bên ngoài). Các hóa trị và các vũ trụ về bản chất là một.

Ví dụ: một người, trong khi sống trong vũ trụ vật chất, có thể bị vũ trụ của người cha chẳng hạn khuất phục. Mặc dù người đó vẫn giữ hóa trị hay nhân dạng của bản thân, song người đó hành động, suy nghĩ, chịu dựng hoặc cảm giác có phần giống người cha. Ngay cả khi người đó có một mình, vẫn có thêm một thực thể tính biểu hiện bên ngoài này. Cho dù người cha vắng mặt, các câu lệnh của người cha vẫn hiện diện. Bởi vậy chúng ta có những điều như là "bổn phận", "phục tùng", "rèn luyện" và thậm chí cả "giáo dục". Mỗi yếu tố này là do một phần nào đó của một vũ trụ khác gây nên ở mức độ ít hay nhiều.

Bất kể ta có phản ứng thế nào với các vũ trụ, ở mức độ nào đó, ta vẫn là chính mình. Đó là nỗ lực của nhiều người nhằm đấu tranh chống lại các vũ trụ hoặc các hóa trị. Thật ra đây là một cuộc chơi và là thực chất của các cuộc chơi. Toàn bộ thôi thúc của những người bị lệch lạc là nỗ lực nhằm tách biệt bản thân mình (với tư cách là thetan) ra khỏi các vũ trụ khác nhau mà những người này tự cảm thấy mình kết giao quá mật thiết. Ta chỉ bị một vũ trụ nào đó đè nặng khi ta cảm thấy mình không thể có bất cứ thứ gì của vũ trụ đó. Ta chỉ trở thành nạn nhân của "vũ trụ của người cha" khi ta chống đối lại người cha. Ta chống lại vũ trụ vật chất chỉ khi ta cảm thấy mình không thể có bất cứ phần nào của vũ trụ đó hoặc không thuộc về vụ trụ đó hoặc như trong tôn giáo, ta không được nhìn nhận với lòng nhân từ bởi người mà ta quan niệm là Đấng sáng tạo ra vũ trụ vật chất này.

Có một quy luật cơ bản về các vũ trụ:

Đấng sáng tạo của vụ trụ nào đặt ra các định đề thì các định đề đó "có hiệu quả" trong vũ trụ ấy.

Do đó ta có thể cảm thấy không được thoải mái trong vũ trụ của người khác.

Các vũ trụ (như đã xem xét trong các *cuộc chơi* ở đoạn vừa rồi) có thể được coi như "những sân chơi của cuộc sống". Ta chơi tự nguyện hoặc ta chơi miễn cưỡng. Khi ta bắt đầu chơi miễn cưỡng, ta hay nhận ra mình trở thành nạn nhân của vũ trụ của cuộc chơi nào đó và bị giam chân trong vũ trụ đó. Ta phản kháng là đi ngược lại hiện tượng này.

Hãy xem xét vấn đề nhà tù. Bề ngoài của nó – như Voltaire đã khám phá ra – nhà tù cung cấp thực phẩm, nơi ở và thời gian rảnh rỗi. Điều này dường như là ước vọng của nhiều người. Song nhà tù cũng còn cung cấp tình trạng bị hạn chế mà không cần ta đồng ý. Điểm khác biệt duy nhất giữa ở trong tù và làm vua trong lâu đài (khi nói đến tự do) là những khát khao của bản thân ta về vấn đề này và khả năng của bản thân ta trong việc chi phối môi trường của mình:

Khi là vua ở trong lâu đài, ta sẽ được chủ động. Ý muốn của ta, tiếng nói của ta, suy nghĩ của ta sẽ có ảnh hưởng đối với những kẻ khác.

Khi ở trong tù, ta ở thế bị động và ở thế bị động như thế thì suy nghĩ của những người khác sẽ lấy ta làm mục tiêu.

Trên phương diện các vũ trụ thì ở đây chúng ta có ví dụ sơ đẳng nhất về *chủ động* và *bị động*.

Tuy nhiên, vì điều đó quá hiển nhiên, chúng ta phải thừa nhận rằng cá nhân chỉ rơi vào cạm bẫy và những hoàn cảnh mà cá nhân đó có ý định rơi vào mà thôi. Chắc chắn là khi đã rơi vào cái thế ấy, cá nhân đó có thể sẽ thấy miễn cưỡng phải tiếp tục ở đó. Nhưng chiếc bẫy luôn luôn do sự lựa chọn lối vào của chính ta đặt trước. Chúng ta phải thừa nhận quyền tự do lựa chọn rất rộng của thetan, bởi hầu như không thể hình dung được thetan làm thế nào lại tự rơi vào bẫy ngay cả khi thetan bằng lòng làm điều đó đi nữa. Bằng chứng minh thực tế, thetan đi xuyên qua tường, rào cản và biến mất trong không gian, xuất hiện ở bất cứ nơi nào theo ý muốn và làm những điều phi thường khác. Vậy, hẳn là cá nhân có thể bị mắc bẫy chỉ khi nào cá nhân cho rằng mình bị mắc bẫy. Do toàn bộ sự tồn tại dựa trên những suy xét của bản thân cá nhân, chúng ta thấy rằng những giới hạn mà cá nhân có, hẳn bản thân anh ta đã tự chuốc lấy. Nếu không cá nhân đã không thể loại trừ tận gốc những giới hạn này khi làm quy trình ứng dụng vì người duy nhất có mặt với người tiền Clear là auditor và những người quen trước đây của người tiền Clear, dù không hiện diện song cũng không còn mấy ảnh hưởng trong tâm trí người tiền Clear do chịu tác động của quy trình ứng dụng. Bởi vậy, hẳn người tiền Clear là người đã giữ những giới hạn đó trong tâm trí. Bằng quy trình ứng dụng, người tiền Clear có thể giải quyết mọi khó khăn của mình mà không phải đi tìm những người khác hoặc hỏi ý kiến các vũ trụ khác.

Như vậy tình trạng hoàn toàn sa bẫy, lệch lạc, ngay cả thương tổn, tra tấn và những việc gây bất bình về cơ bản là những suy xét mà thetan đang tạo ra và hiện đang giữ ở thời điểm hiện tại. Thực tế hẳn là vậy vì chính thời gian đã là định đề hoặc suy xét của bản thân thetan.

Sự lớn tiếng hay cuộc tranh cãi triết học lớn nhất đã diễn ra quanh chủ đề "kiến thức", và chẳng có gì phi lý về chủ đề kiến thức mà không thể tìm thấy trong các sách triết học cả. Tính ưu việt và uy thế của Scientology dựa vào thực tế là Scientology đã vượt lên trên cuộc tranh cãi triết học này về chủ đề kiến thức.

Scientology chứa đựng trong nó những điều cơ bản của KIẾN THỨC.

Nói đến kiến thức là chúng ta nói đến "niềm tin vững chắc, đó là niềm tin đã biết, thông tin, hướng dẫn, giác ngộ, học hỏi, kỹ năng thực hành". Nói đến kiến thức là chúng ta nói đến "các dữ liệu, các nhân tố và bất cứ điều gì có thể được nghĩ tới hoặc nhận thức".

Lý do kiến thức đã bị hiểu sai trong triết học là do đó mới chỉ là nửa câu trả lời. Đối với kiến thức không hề có "yếu tố toàn bộ". Theo định nghĩa, kiến thức là "điều nhận thức, học được hoặc thu thập được từ một nguồn khác". Bởi vậy, điều này rõ ràng có nghĩa là khi ta học, ta đang ở thế *bị động*.

Chúng ta thấy trong Tiên đề 10 nói rằng:

Mục đích cao nhất trong vũ trụ này là tạo ra ảnh hưởng.

Điều này mâu thuẫn trực tiếp với kiến thức (mặc dù ta tất nhiên có thể biết cách tạo ra ảnh hưởng).

Đối lập với kiến thức, chúng ta có một nửa sự tồn tại bị sao lãng mà nửa đó là *tạo ra* kiến thức, *tạo ra* dữ liệu, *tạo ra* tư duy, suy xét *chủ động*, những ý tưởng tự tiến hóa trái với những ý tưởng tiến hóa theo cách khác.

Lý do Scientology là bộ môn nghiên cứu hấp dẫn là bởi Scientology phân tách những ý tưởng của người khác và cho phép ta sáng tạo một số ý tưởng của riêng mình. Scientology cho chúng ta các mẫu số chung của các vật thể, các loại năng lượng, những khoảng không, các vũ trụ, sự sống và bản thân tư duy.

Có CHỦ ĐỘNG và BỊ ĐỘNG.

"Chủ động" có thể định nghĩa là "bắt nguồn". Dùng cho giao tiếp, từ này cũng có thể định nghĩa là "điểm nguồn".

Nếu bạn xem xét dòng sông chảy ra biển, nơi dòng sông bắt đầu sẽ là "điểm nguồn" hoặc điểm "chủ động". Còn nơi dòng sông chảy ra biển sẽ là "điểm bị động". Biển sẽ ở thế bị động so với dòng sông. Người bắn súng là chủ động. Người lãnh viên đạn là bị động. Người đưa ra lời phát biểu là đang chủ động trong cuộc giao tiếp. Người nghe lời phát biểu là đang bị động trong cuộc giao tiếp đó. (Định nghĩa cơ bản của giao tiếp là "chủ động-khoảng cách-bị động").

Gần như mọi lo lắng và xáo trộn trong các mối quan hệ con người đều do mất cân bằng về chủ động và bị động mà nên.

Ta phải sẵn lòng (ngay lập tức) chủ động tạo ra các dữ liệu, những lời phát biểu, những giả định, những suy xét và sẵn lòng tiếp nhận các ý tưởng, những giả định, những suy xét.

Sự nóng lòng muốn gây ảnh hưởng của thetan lớn đến nỗi thetan tiếp cận quá gần với những điều có thể gây ảnh hưởng đối với chính thetan. Do đó thetan trở thành bị bẫy.

Bề ngoài của sự việc, có rất ít thetan tạo ra những dữ liệu chủ động, song lại có rất nhiều dữ liệu tiếp nhận được khiến sự việc có vẻ như thetan nóng lòng muốn ở thế bị động hơn là ở thế chủ động (bởi chỉ có suy xét của chính thetan mới động chạm tới thetan được). Tuy nhiên trên thực tế điều này không đúng. Trong một cuộc chơi, ta tìm cách gây ảnh hưởng và không tiếp nhận chút ảnh hưởng nào.

Trải qua thử nghiệm chặt chẽ, một điều được rút ra là không có gì mà thetan thật sự khinh thường ở cấp độ ảnh hưởng. Thetan làm ra vẻ không thích hoặc thích thú những ảnh hưởng nhất định và phản kháng lại những ảnh hưởng này. Nhưng thetan biết rất rõ rằng cơ chế phản kháng là nguyên nhân tạo ra ảnh hưởng để tiếp cận gần hơn (như một quy luật chung). Điều này là do thất bại lặp đi lặp lại của thetan trong các cuộc chơi. Khi cứ đòi hỏi "không chút ảnh hưởng nào" cho bản thân mình, thetan đã thua. Bởi vậy thetan đã phải nói là mình thích ảnh hưởng đó.

Khi ấy, ao ước phổ biến là được ở thế bị động, chứ không phải ở thế chủ động. Toàn bộ chủ đề "trách nhiệm" là bộ môn nghiên cứu về chủ động và bị động, trong đó người không muốn có một chút trách nhiệm nào lại chỉ ao ước được ở thế bị động, còn người gánh vác trách nhiệm hẳn cũng là người sẵn lòng ở thế chủ động.

Thetan có thể bị chuyển qua "trạng thái suy xét" do quan sát thấy trạng thái đó thường có ở những người khác. Điều này giữ thetan ở vũ trụ này và giữ thetan ở thế bị động.

Nghiên cứu, điều tra, tiếp nhận giáo dục và những hoạt động tương tự đều là những hoạt động bị động và kết quả là gánh vác ít trách nhiệm hơn. Vì thế, đúng là dù thetan không thể thực sự gặp rắc rối, bằng cách đồng ý với tư duy hiện đã được tán thành trong vũ trụ, nơi thetan tìm thấy chính mình, thetan vẫn có thể mang nếp suy nghĩ khiến mình ít có ảnh hưởng hơn bởi thetan mong được ở thế bị động. Nếu thetan cảm thấy phải thu thập tất cả các dữ liệu của mình từ nơi khác, khi ấy, thetan đang bị động về kiến thức, bị động đối với các vũ trụ và các định đề, do đó thetan có khuynh hướng giảm khả năng của chính mình trong việc hình thành hoặc tạo ra kiến thức.

Trong Scientology chúng ta có thể giao tiếp đầy đủ về những tình huống như thế này vì chúng ta đang chỉ chú ý vào nếp mà bản thân cá nhân đã có. Do vậy chúng ta thật ra không dạy thetan một điều gì cả. Chúng ta chỉ chỉ ra những điều thetan đã đồng ý hoặc những điều do bản thân thetan đã gây ra.

Việc cá nhân chịu trách nhiệm cho mọi việc xảy ra với mình là điều chỉ đúng chung chung. Khi cá nhân (mong muốn gây nhiều ảnh hưởng thú vị) lựa chọn đi vào nhiều vũ trụ hoặc những cái bẫy, cá nhân đó có thể bị lẫn lộn về những gì mình đang làm, nơi mình đang ở và lẫn lộn không biết suy cho cùng tất cả là gì. Scientology chỉ ra rằng điều này có thể thấy hoặc thay đổi xuất phát từ quan điểm riêng của cá nhân nhằm mang lại sự biến đổi về tình trạng của chính cá nhân đó.

Ví dụ: thetan đã đi đến chỗ "tin" rằng trên đời này, để sống được thì cách đúng đắn là làm đúng y như người cha đã làm. Đây là lời mời gọi hãy vào trong vũ trụ của người cha. Về sau, thetan đổi ý về vấn đề này. Nhưng thetan thấy mình vẫn ở trong vũ trụ của người cha và thetan không thích điều đó. Thetan sẽ có ảnh hưởng hơn, có khả năng hơn nếu giờ đây thetan không ở trong vũ trụ của người cha. Theo lẽ thường, trong những lúc chưa được giác ngộ này, thetan chờ chết để tách bản thân ra khỏi môi trường nơi thetan tìm thấy bản thân và đã phải chịu đựng cho đến lúc đó. Việc làm này không cần thiết nữa bởi chúng ta đã có Scientology. Vào bất kỳ lúc nào, khi được trang bị lèo lái thích hợp, thetan có thể bỏ bất cứ cạm bẫy nào mà thetan thấy mình đang ở trong đó và bắt đầu lại một chuỗi suy xét mới.

Vậy thì chúng ta không thể nói về kiến thức như một tổng thể. Đó chỉ là một dữ liệu đơn lẻ. Nỗi "khao khát kiến thức" sẽ là nỗi khao khát các định đề của những thetan khác và sẽ dẫn ta tới chỗ quên mất rằng chính bản thân mình đã tham gia vào việc tạo nên những định đề này, rằng chính bản thân mình đã phải theo một con đường nhất định để đặt mình trong tầm các định đề của những thetan khác.

Do ta bị động về kiến thức, hành động khiến các dữ liệu, các suy xét hoặc "thực tế" trở thành có thực sẽ tách ta ra xa khỏi thế bị động. Nếu ta rất nóng lòng được ở thế bị động, nếu đây là suy xét cơ bản của ta, ta sẽ không thể phát triển tốt khả năng khiến thông tin trở thành có thực. Song để cứu được thetan ra khỏi các cạm bẫy mà thetan thấy mình trong đó, ở mức độ nào đó thetan cần phải làm như vậy.

Khi là nguyên nhân gây ra một số ít rào cản và cạm bẫy, cá nhân sẽ mất kiểm soát đối với các rào cản hoặc cạm bẫy. Khi mong muốn được ở thế bị động, tất nhiên cá nhân sẽ mất khả năng kiểm soát các rào cản và cạm bẫy. Nếu không cá nhân đã không thể bị mắc vào các rào cản và cạm bẫy ấy. Điều cần làm để giải phóng cá nhân ra khỏi cạm bẫy là tìm xem những phần nào của chiếc bẫy là phần mà bản thân cá nhân sẵn lòng *sáng tạo, sở hữu, có* hoặc *chiếm hữu*. Điều này đặt các rào cản dưới sự kiểm soát của cá nhân đó (rào cản có thể là những khoảng không, các chuyển động của năng lượng hoặc các chướng ngại vật). Hành động cá nhân đặt thành định đề rằng mình có thể có hoặc chiếm hữu cái này hay cái kia khiến cá nhân sẵn lòng *là* hoặc *chiếm* cạm bẫy đó. Thời điểm xảy ra điều này là thời điểm cá nhân không còn ở trong cạm bẫy đó nữa. Ngay cả nếu cá nhân vẫn còn ở trong cạm bẫy thì trong chừng mực nào đó, cá nhân không phản đối điều đó và có thể rời bỏ cạm bẫy đó khi mình muốn.

VĂN MINH VÀ MAN RỢ

Cách làm tê liệt hoàn toàn một quốc gia và làm cho quốc gia đó hoàn toàn không quản lý nổi là cấm mọi loại giáo dục trong phạm vi biên giới của quốc gia đó, rồi khắc sâu vào tâm trí mỗi người trong quốc gia đó cảm giác rằng họ không được phép tiếp nhận bất kỳ thông tin gì của bất kỳ ai về bất kỳ điều gì. Để làm cho một quốc gia quản lý được, điều cần thiết là giữ quan điểm tốt về giáo dục và thể hiện lòng kính trọng đối với những người có giáo dục và các biện pháp giáo dục. Để chinh phục một miền đất, không nhất thiết phải dùng súng đạn để đàn áp mới có hiệu quả. Một khi đã chinh phục được miền đất ấy, điều cần thiết là phải áp dụng các biện pháp giáo dục nhằm mang lại sự nhất trí ở mức độ nào đó giữa những người dân với nhau cũng như giữa kẻ chinh phục và người bị khuất phục. Chỉ có bằng cách này ta mới có được một xã hội, một nền văn minh hoặc – như chúng ta nói trong Scientology – một cuộc chơi diễn ra trôi chảy.

Nói cách khác, hai thái cực đều có thể đạt được, song chẳng thái cực nào trong hai thái cực này là cá nhân muốn có cả.

Thái cực thứ nhất có thể đạt được bằng cách nhấn mạnh dữ liệu hoặc thông tin tự sáng tạo mà thôi. Điều này sẽ dẫn đến không chỉ tình trạng thiếu các mối liên hệ giữa cá nhân với nhau, mà cả nỗi khao khát có được ảnh hưởng – kiểu ảnh hưởng mà kết quả là tình trạng tàn nhẫn của xã hội không thể tưởng tượng được trong một quốc gia văn minh, giống như trong các dân tộc man rợ. Thái cực kia sẽ là cấm hoàn toàn bất cứ thông tin tự sáng tạo nào và chỉ dung túng các dữ liệu hoặc suy xét do những người khác tạo ra chứ không phải do bản thân tạo ra. Trong trường hợp này, chúng ta sẽ tạo nên cá nhân vô trách nhiệm, dễ dàng điều khiển đến nỗi cá nhân đó chỉ còn là con rối.

Vậy thì dữ liệu tự sáng tạo không phải là điều xấu. Giáo dục cũng thế. Nhưng khi có yếu tố này mà không có yếu tố kia để giữ cân bằng ở mức độ nào đó sẽ dẫn đến điều kiện "không có cuộc chơi" hoặc "phi văn minh". Cũng giống như những cá nhân có thể được các quốc gia đang quan sát đánh giá, chúng ta nhìn nhận người thuộc bộ lạc nguyên thủy là "phi văn minh" (vì anh ta hoàn toàn coi thường sự thật và chỉ chú trọng đến tính hung bạo, man rợ đối với người khác chứ không phải bản thân). Rồi chúng ta thấy ở thái cực kia là Trung Quốc đã mù quáng tôn thờ những học giả cổ xưa, không có khả năng tạo ra trong nước đủ người cai trị để tiếp tục duy trì quốc gia mà không phải đổ máu.

Chúng ta đã nhận thấy loại cá nhân mà phải là người duy nhất có thể đưa ra định đề hoặc mệnh lệnh, người mà quyền lực đối với bản thân còn quý hơn cả sự an lạc hay tâm trạng của hàng triệu người là những người đã phải khốn khổ vì những cá nhân như vậy (Napoleon, Hitler, Kaiser Wilhelm, vua Frederick của nước Phổ, Thành Cát Tư Hãn, Attila). Chúng ta cũng đã biết tới vị học giả tự học đến mức hóa mù và là người có uy tín lớn nhất thế giới về cầm quyền hoặc điều gì đó đại loại như thế, ấy vậy mà bản thân ông ta lại không tự quản lý được tài khoản ngân hàng của mình hoặc không điều khiển nổi con chó với chút tin chắc nào. Ở đây, trong cả hai trường hợp chúng ta có sự mất cân bằng hoàn toàn. Bản thân "người làm rung chuyển thế giới" này lại không sẵn lòng ở bất kỳ thế bị động thuộc bất kỳ dạng nào (và tất cả những người được nêu tên ở đây là những kẻ cá nhân đại hèn nhất). Ngược lại, chúng ta cũng có những người không biết bạn đang nói đến cái gì nếu bạn bảo người đó: "Đi mà tìm hiểu lấy".

Chúng ta xem xét một ví dụ nữa về vấn đề này trong các luật căn bản của chiến tranh. Một đội quân, để hoạt động có hiệu quả, phải có khả năng tấn công và phòng ngự. Các dụng cụ của đội quân đó phải được chia ra 50% dùng cho tấn công và 50% dùng cho phòng ngự. Nói cách khác, ngay cả trong hoạt động thô sơ như chiến tranh, chúng ta thấy rằng không một kết quả thành công nào có thể đạt được trừ khi quân đội đó có thể chia một nửa các loại năng lượng của mình để tấn công và một nửa để phòng ngự.

Nhìn rộng hơn nữa về cuộc sống, chúng ta khám phá được trên phương diện bất kỳ động lực nào rằng thành công, một cuộc chơi, một hoạt động hoặc bản thân cuộc sống đều phụ thuộc vào việc sẵn lòng ở thế chủ động cũng như sẵn lòng ở thế bị động. Người cho thì phải sẵn lòng nhận. Người nhận thì phải sẵn lòng cho. Khi những nguyên lý này bị vi phạm thì nguyên tắc căn bản nhất về quan hệ con người cũng bị vi phạm. Và hậu quả là điều kiện "không có cuộc chơi", chẳng hạn như tình trạng lệch lạc, tình trạng thiếu sáng suốt, tình trạng phản xã hội, tội phạm, ì trệ, lười biếng, mệt mỏi, chứng hưng cảm, cuồng tín và tất cả những gì khác mà mọi người phản đối.

Tuy nhiên các tình trạng mất cân đối giữa chủ động và bị động còn đưa vào trò chơi cuộc sống những yếu tố ngẫu nhiên và các tình trạng mất cân đối đó không thể bị làm ngơ về tiềm năng sáng tạo cuộc chơi của chúng.

Bất kỳ thông tin gì cũng có giá trị tới chừng mực bạn sử dụng được thông tin ấy. Nói cách khác, bất kỳ thông tin gì cũng có giá trị tới chừng mực bạn có thể biến nó thành của bạn. Scientology không dạy bạn. Scientology chỉ nhắc nhở bạn, bởi những thông tin đó ngay từ đầu đã là của bạn. Scientology không chỉ là khoa học về sự sống mà còn là một bản tường trình những gì bạn đã làm trước khi bạn quên những gì bạn đã làm.

🌳

"*Scientology không dạy bạn. Scientology chỉ nhắc nhở bạn, bởi những thông tin đó ngay từ đầu đã là của bạn.*"

BIẾT VÀ "KHÔNG BIẾT"

BIẾT VÀ "KHÔNG BIẾT"

Đó là một cơ chế suy nghĩ – dù ta đang đưa ra làm định đề hay đang tiếp nhận thông tin – rằng ta vẫn giữ được khả năng biết của mình. Một điều có tầm quan trọng không kém là ta cũng giữ được khả năng không biết của mình.

Tư duy bao gồm toàn bộ BIẾT và KHÔNG BIẾT cùng với những sắc xám ở giữa.

Bạn sẽ phát hiện ra rằng hầu hết mọi người đang cố không nhớ. Nói cách khác, họ đang cố không biết. Giáo dục chỉ có thể trở thành gánh nặng khi ta không có khả năng để "không biết" nó. Điều cần thiết là ta phải có khả năng sáng tạo, tiếp nhận, biết và "không biết" thông tin, dữ liệu và những ý nghĩ. Thiếu bất kỳ một kỹ năng nào trong các kỹ năng này – bởi chúng là các kỹ năng, dù chúng có là bẩm sinh đối với cá nhân đến thế nào đi nữa – thì ta vẫn dễ rơi vào tình trạng hỗn độn của yếu tố tư duy, yếu tố sáng tạo hoặc yếu tố sống.

Bạn có thể nhìn vào bất cứ người lập dị hay lệch lạc nào và qua việc xem xét kỹ về người đó, phát hiện nhanh chóng người đó đang vi phạm nhân tố nào trong bốn nhân tố này. Người đó hoặc không có khả năng biết hoặc "không biết" những suy nghĩ do chính mình sáng tạo ra, hoặc người đó không có khả năng biết hay "không biết" những suy nghĩ của những người khác. Ở đâu đó, vì một lý do nào đó mà người ấy biết rõ nhất, khi nóng lòng muốn tham gia vào cuộc chơi, người đó đã xếp xó (để mất) một trong những khả năng này.

Thời gian là quá trình nhận biết ở hiện tại và "không biết" trong tương lai hoặc quá khứ.

Nhớ là quá trình biết quá khứ.

Dự đoán là quá trình nhận biết tương lai.

Quên là quá trình "không biết" quá khứ.

Còn sống "chỉ cho ngày hôm nay" là quá trình "không biết" tương lai.

Các bước ứng dụng trong những mục khác nhau này phục hồi không chỉ trạng thái sáng suốt hoặc khả năng của cá nhân mà còn phục hồi cả năng lực chung của cá nhân ấy trong việc sống và tham gia cuộc chơi.

"*Tư duy bao gồm toàn bộ*
BIẾT *và* KHÔNG BIẾT
cùng với những sắc xám ở giữa."

$\mathcal{M}$ỤC TIÊU
CỦA
SCIENTOLOGY

MỤC TIÊU CỦA SCIENTOLOGY

M ục tiêu cuối cùng của Scientology không phải là biến toàn bộ sự tồn tại thành hư không hay giải phóng cá nhân khỏi tất cả mọi cạm bẫy ở bất kỳ đâu.

Mục tiêu của Scientology là làm cho cá nhân có khả năng sống cuộc sống tốt đẹp hơn theo đánh giá của bản thân mình, sống cuộc sống tốt đẹp hơn với đồng loại của mình và chơi một cuộc chơi tốt hơn.

Phần hai

QUY TRÌNH ỨNG DỤNG SCIENTOLOGY

QUY TRÌNH ỨNG DỤNG SCIENTOLOGY

QUY TRÌNH ỨNG DỤNG SCIENTOLOGY

Scientology được áp dụng bằng nhiều cách vào nhiều lĩnh vực. Một phương pháp áp dụng Scientology cụ thể và chuyên biệt là dùng Scientology cho các cá nhân và các nhóm người nhằm tập trung giải quyết những triệu chứng của cơ thể bắt nguồn từ các nhân tố tâm trí hoặc các nhân tố linh hồn và cải thiện các khả năng cũng như trí thông minh của họ.

Nói tới QUY TRÌNH ỨNG DỤNG có nghĩa là "người tiền Clear thực hiện bước ứng dụng bằng lời, dùng các quy trình Scientology chính xác".

Nói đến NGƯỜI TIỀN CLEAR có nghĩa là "người đang tiếp nhận quy trình ứng dụng".

Có rất nhiều thuật ngữ và độ chính xác trong các quy trình này cũng như việc sử dụng chúng. Những quy trình ứng dụng này không thể kết hợp với những hoạt động tâm trí trước đây như tâm thần học, tâm lý học, phân tâm học, Yoga, mát xa, v.v...

Tuy nhiên những quy trình này có khả năng tập trung giải quyết cũng các bệnh tâm trí đó như đã được các hệ phương pháp trước đây mô tả, với phần bổ sung rằng chỉ riêng Scientology mới có khả năng khắc phục thành công các bệnh tâm thể mà Scientology tập trung giải quyết. Scientology là ngành khoa học duy nhất được biết tới là có khả năng tạo ra những tiến bộ rõ rệt và quan trọng về trí thông minh và khả năng nói chung.

Quy trình ứng dụng Scientology (cùng với nhiều yếu tố khác) có thể tăng chỉ số thông minh, cải thiện khả năng hoặc ước muốn giao tiếp, các thái độ về mặt xã hội, năng lực và sự hòa thuận trong gia đình, tính sáng tạo nghệ thuật, thời gian phản ứng và trạng thái vui khỏe của cá nhân.

Một lĩnh vực hoạt động nữa liên quan tới quy trình ứng dụng là Scientology Phòng ngừa. Trong phân ngành này của quy trình ứng dụng, cá nhân bị ức chế hoặc kiềm chế không cho thừa nhận những trạng thái thấp hơn trạng thái mà cá nhân đó đã phải chịu đựng. Nói cách khác, tiến triển của các khuynh hướng, những nỗi lo lắng, thói quen và các hoạt động thoái hóa có thể được Scientology ngăn chặn hoặc phòng ngừa để chúng không xảy ra. Điều này được thực hiện bằng cách làm quy trình cho cá nhân dựa trên các quy trình Scientology chuẩn mực mà không cần chú ý đặc biệt tới những khuyết tật có liên quan.

Người thực hành Scientology gọi là AUDITOR ("người nghe, thính giả").

Quy trình ứng dụng Scientology gọi là AUDITING (theo cách đó auditor "nghe, tính toán và đưa ra câu lệnh").

Auditor và người tiền Clear cùng ở ngoài trời hoặc ở một nơi yên tĩnh để không bị quấy rầy hoặc không bị các ảnh hưởng khác làm ngắt quãng.

Vai trò của auditor là đưa ra cho người tiền Clear những câu lệnh nhất định và chính xác mà người tiền Clear có thể hiểu kịp và thực hiện.

Mục đích của auditor là nâng cao khả năng của người tiền Clear.

Bộ luật Auditor là tập hợp các quy tắc chỉ đạo cho hoạt động chung của auditing. Bộ luật này như sau:

BỘ LUẬT AUDITOR

1. Không đánh giá thay cho người tiền Clear.

2. Không bác hoặc sửa lại cho đúng các dữ liệu của người tiền Clear.

3. Dùng các quy trình có tác dụng cải thiện trường hợp của người tiền Clear.

4. Giữ đúng mọi cuộc hẹn một khi đã hẹn.

5. Không làm quy trình cho người tiền Clear sau 10 giờ tối.

6. Không làm quy trình cho người tiền Clear không ăn uống thích hợp.

7. Không cho phép thay đổi auditor thường xuyên.

8. Không được thông cảm với người tiền Clear.

9. Không bao giờ cho phép người tiền Clear kết thúc buổi làm quy trình theo quyết định độc lập của riêng mình.

10. Không bao giờ bỏ người tiền Clear mà đi trong buổi làm quy trình.

11. Không bao giờ giận dữ với người tiền Clear.

12. Luôn luôn giảm mọi khoảng thời gian chậm giao tiếp bằng cách dùng tiếp cùng một câu hỏi hoặc quy trình.

13. Luôn luôn tiếp tục quy trình chừng nào quy trình đó còn tạo ra sự thay đổi và không lâu hơn thế.

14. Sẵn lòng chấp nhận thực thể tính đối với người tiền Clear.

15. Không bao giờ pha lẫn các quy trình của Scientology với các quy trình của các kiểu hành nghề khác.

16. Luôn luôn duy trì giao tiếp "hai chiều" tốt đẹp với người tiền Clear trong các buổi làm quy trình.

Bộ luật Auditor chỉ đạo hoạt động của auditor trong các buổi làm quy trình (thời gian dành riêng cho auditing). Hoạt động của nhà Scientology nói chung là do một bộ luật khác bao quát hơn chỉ đạo:

BỘ LUẬT CỦA NHÀ SCIENTOLOGY

Là nhà Scientology, tôi xin tự hứa tuân thủ Bộ luật của nhà Scientology vì lợi ích của mọi người:

1　Không nghe hoặc nói một lời nào gây mất uy tín với báo chí, với quần chúng hoặc những người tiền Clear về bất kỳ nhà Scientology nào mà tôi biết, về tổ chức chuyên môn của chúng tôi hoặc những người mà danh tính có liên quan chặt chẽ với bộ môn khoa học này.

2　Sử dụng tối ưu những điều tôi biết về Scientology bằng tất cả khả năng của mình để giúp những người tiền Clear, các nhóm và thế giới trở nên tốt hơn.

3　Từ chối chấp nhận làm quy trình và từ chối nhận tiền bạc của bất kỳ người tiền Clear hoặc nhóm nào mà tôi cảm thấy tôi không thể giúp được một cách trung thực.

4　Bằng khả năng tối đa của mình, ngăn cản bất cứ ai sử dụng sai hoặc hạ thấp Scientology để thực hiện những ý đồ có hại.

5　Ngăn cản việc dùng Scientology trong các quảng cáo cho các sản phẩm khác.

6　Can ngăn tình trạng lạm dụng Scientology trên báo chí.

7　Dùng Scientology cho lợi ích tối đa của tuyệt đại đa số các động lực.

8　Cung cấp quy trình ứng dụng tốt, công tác đào tạo chuẩn xác và kỷ luật nghiêm cho các học viên hoặc những người mà tôi được giao phó chăm lo.

9　Từ chối tiết lộ những bí mật cá nhân của những người tiền Clear của tôi.

10　Không tham gia vào những cuộc tranh cãi thiếu nghiêm túc với người không am hiểu về chủ đề chuyên môn của tôi.

Như chúng ta đã thấy, cả hai bộ luật này đều được soạn ra để bảo vệ người tiền Clear cũng như Scientology và auditor nói chung.

Vì những bộ luật này phát triển qua nhiều năm quan sát và trải nghiệm của rất nhiều người, có thể nói những bộ luật này hết sức quan trọng và có lẽ là hoàn chỉnh. Không tuân thủ những bộ luật này đã dẫn đến thất bại của Scientology. Scientology làm được những điều nó có thể chỉ khi nó được dùng trong khuôn khổ hai bộ luật này. Do vậy có thể thấy rằng việc auditor đưa những điều khác thường hoặc những kiểu hành nghề khác vào quy trình ứng dụng Scientology có thể thực sự vô hiệu hóa hoặc loại trừ tận gốc mọi ích lợi của quy trình ứng dụng đó.

Bất kỳ niềm hy vọng hoặc lời hứa hẹn nào trong Scientology đều phụ thuộc vào việc sử dụng đúng đắn Scientology của cá nhân và đặc biệt là việc sử dụng Scientology trong khuôn khổ hai bộ luật này.

THỰC THỂ TÍNH, "LÀM" VÀ "CÓ"

THỰC THỂ TÍNH, "LÀM" VÀ "CÓ"

rò chơi cuộc sống đòi hỏi ta nhận về mình *"thực thể tính"* để *"làm"* một việc gì đó nhằm *"có"* được cái gì đó. (Chương 3: Các điều kiện của tồn tại).

Nếu bạn hỏi auditor dùng các điều kiện này trong quy trình ứng dụng như thế nào, auditor sẽ nói với bạn rằng mỗi điều kiện trong số các điều kiện này có một dạng chuyên biệt.

THỰC THỂ TÍNH = NHÂN DẠNG

Dạng quy trình ứng dụng của THỰC THỂ TÍNH là NHÂN DẠNG.

Để đạt được sự cải thiện về thực thể tính và việc chấp nhận thực thể tính, auditor khắc phục tình trạng khan hiếm nhân dạng của người tiền Clear bằng quy trình ứng dụng. Người tiền Clear thường được thấy trong các *hóa trị* (các nhân dạng khác): hóa trị của người cha, người mẹ, người bạn đời hoặc của bất cứ người nào hay của cả hàng ngàn người có thể có. Người tiền Clear không có khả năng đạt được hoặc có được đủ nhân dạng hoặc một nhân dạng nào đó của riêng mình (người tiền Clear nghĩ vậy). Người tiền Clear công kích hoặc chỉ trích các nhân dạng của những người khác (không chấp nhận thực thể tính đối với những người đó).

Bản thân người tiền Clear không thể có được đủ nhân dạng để cảm thấy mình có một nhân dạng. Nhân dạng hiếm đến nỗi nó có giá trị quá lớn.

Không ai được có nhân dạng. Vì thế ở với người như vậy là một trải nghiệm khó chịu vì người đó không tín nhiệm nhân dạng của chúng ta (không chấp nhận thực thể tính đối với chúng ta).

"Chữa trị" cho trường hợp này là điều sơ đẳng. Lấy ví dụ người đó rõ ràng đang ở trong hóa trị (nhân dạng) của người cha. Người đó vào hóa trị của người cha khi thấy mình không hề được người mẹ chú ý tới. Quan sát thấy người cha được người mẹ chú ý đôi chút, người đó lấy nhân dạng của người cha. Tuy nhiên, ví thử người đó không thích người cha. Auditor thấy người đó ghét "chính bản thân mình". "Bản thân người đó" thực ra là người cha.

Một auditor thông minh sẽ thấy rằng mặc dù người đó ở trong hóa trị của người cha, song chính sự chú ý của người mẹ là cái được tìm kiếm (xem phần sau: "Các nhân dạng – các hóa trị").

Auditor không cho người tiền Clear của mình biết về phát hiện đó. Auditor yêu cầu người tiền Clear:

"Hãy nói dối (dạng thấp nhất của tính sáng tạo) về những nhân dạng có thể thu hút sự chú ý của người mẹ."

Sau đó, khi người tiền Clear thực hiện được điều này, auditor sẽ bảo người tiền Clear:

"Hãy bịa ra những nhân dạng có thể thu hút sự chú ý của người mẹ."

Đột nhiên người tiền Clear sẽ không còn ở trong hóa trị của người cha nữa. Tuy thế, anh ta đã ở không chỉ trong hóa trị của người cha mà còn ở cả trong hóa trị của người mẹ. Do đó cũng quy trình ấy sẽ phải được thực hiện về người cha:

Auditor nói: *"Hãy nói dối về những nhân dạng có thể thu hút sự chú ý của người cha".* Sau đó là: *"Hãy bịa ra"* một nhân dạng, làm như vậy cho đến khi người tiền Clear có nhiều nhân dạng và không còn ở trong hóa trị của người mẹ nữa.

Giải quyết các hóa trị của người cha và người mẹ là điều căn bản vì hầu hết mọi người phần nào đều "ở trong các hóa trị đó" hoặc nổi dậy từ các hóa trị đó. Nhưng mọi người có thể bị "tắc" trong mọi loại nhân dạng, thậm chí cả những chiếc cột giường khi con người có giá trị quá lớn để mà dùng.

Quy luật là một người càng bị "tắc" trong một hóa trị hoặc nhân dạng bao nhiêu thì người đó càng ít nhận biết để tồn tại bấy nhiêu, và người đó càng cho rằng khó mà gây chú ý được. Vì thế người đó có thể trở nên phô trương (chưng bản thân quá mức, *ở đó* quá nhiều vào mọi lúc) hoặc người đó có thể trở thành phân tán (tự trốn tránh, mơ hồ, hầu như lúc nào cũng *không ở đó*).

Mọi người mắc lỗi về nhân dạng, quá rõ ràng hoặc chẳng rõ ràng mấy. Cách khắc phục một trong hai trạng thái trên là khắc phục tình trạng khan hiếm nhân dạng của những người đó.

NHÂN DẠNG VÀ SỰ CHÚ Ý

Ta "cần" NHÂN DẠNG để chơi cuộc chơi (sẽ được đề cập ở phần sau: "Các điều kiện có cuộc chơi và "không có cuộc chơi"") nhưng chủ yếu là để "gây" CHÚ Ý.

Một sinh thể nhìn vào mọi vật. Để làm cân bằng luồng chú ý của mình, sinh thể đó cảm thấy mình cũng phải được nhìn đến. Vì thế sinh thể đó trở thành "đói chú ý".

Chẳng hạn, khác với các chủng tộc ở châu Á và châu Phi, chủng tộc da trắng thường không tin mình lại gây được chú ý của vật chất hoặc các vật thể. Các nền văn hóa khác đa phần (mà tất cả là vấn đề suy xét) lại tin rằng sỏi đá, cây cối, những bức tường, v.v… có thể chú ý đến họ. Chủng tộc da trắng ít khi tin điều này và vì thế có khả năng trở thành hay lo âu về mọi người.

Thế nên người da trắng cứu người, ngăn ngừa nạn đói, lụt lội, bệnh tật và cách mạng, bởi mọi người – là những nguồn duy nhất cung cấp sự chú ý – thì lại hiếm hoi.

Người da trắng còn đi xa hơn nữa. Họ thường tin rằng mình chỉ gây chú ý được từ những người da trắng, còn sự chú ý như thế từ các chủng tộc khác là vô giá trị. Vì thế các nền văn hóa khác không tiến bộ mấy, nhưng nhìn chung thì sáng suốt hơn. Còn chủng tộc da trắng thì tiến bộ nhưng điên rồ hơn. Các nền văn hóa khác không hiểu mối lo của người da trắng về các "tình trạng tồi tệ" vì "vài triệu người chết có là cái gì?". Họ nghĩ còn có khối nhân dạng và có khối sự chú ý. Người da trắng không thể hiểu họ. Họ cũng không thể hiểu được người da trắng.

Sự chú ý và nhân dạng tạo thành một nhóm gồm hai yếu tố. Sự chú ý tạo nên không gian. Nhân dạng khép không gian lại.

Sự chú ý là phương pháp biết. Không chú ý là phương pháp "không biết".

Nhân dạng là phương pháp làm cho được biết đến. Thiếu nhân dạng là phương pháp làm cho không được biết đến.

CÁC HÓA TRỊ

Toàn bộ nghiên cứu về các HÓA TRỊ là một nghiên cứu rất hấp dẫn.

Hóa trị được định nghĩa là "nhân dạng giả được vô tình nhận vào". Nhân dạng lại do các hóa trị làm thay đổi. Những người không thể là ai cả có khi lại cố gắng để là tất cả mọi người. Những người đang tìm đường ra khỏi tình trạng khan hiếm nhân dạng có thể trở nên gắn chặt vào các hóa trị giả. Các quốc gia có thể trở thành gắn chặt vào các hóa trị của những nước mà họ đã xâm chiếm trong chiến tranh, vân vân và vân vân.

Quy luật là một người mang nhân dạng của yếu tố gây chú ý. Một quy luật khác là người đó mang nhân dạng của yếu tố làm cho mình thất bại (vì người đó đã đặt sự chú ý *của mình* vào yếu tố đó, phải vậy không?)

Có nhân cách cơ bản, nhân dạng *riêng* của một người. Người đó tô điểm hoặc nhấn chìm nhân dạng này bằng các hóa trị khi người đó được hay mất trong đời. Phải đào xới lên mới tìm *được* người đó.

CÁC NHÂN DẠNG – CÁC HÓA TRỊ

Có bốn NHÂN DẠNG hoặc HÓA TRỊ.

Hóa trị riêng

Khi ta ở trong hóa trị "riêng" của mình, ta được gọi là "chính mình". Khi ta rời khỏi nhân dạng của chính mình, ta bước vào các hóa trị sau:

Hóa trị trao đổi

Ta đã trực tiếp chồng nhân dạng của người khác lên nhân dạng của chính mình.

Ví dụ: Người con gái trở thành chính mẹ mình tới mức độ nào đó.

Cách khắc phục: Ta trực tiếp loại bỏ ảnh hưởng của người mẹ thông qua quy trình ứng dụng.

Hóa trị chú ý

Ta đã trở thành hóa trị B vì ta muốn có sự chú ý của C.

Ví dụ: Ta trở thành người mẹ vì người mẹ đã được người cha chú ý đến trong khi bản thân thì lại không.

Cách khắc phục: Loại bỏ ảnh hưởng của người cha thông qua quy trình ứng dụng cho dù là người tiền Clear xuất hiện trong hóa trị của người mẹ.

Hóa trị giả tạo

Ta nhận hóa trị mà ta đã được nghe đến.

Ví dụ: Người mẹ kể cho đứa con những điều sai về người cha, quy cho đứa trẻ là giống cha, và kết quả là đứa trẻ bị buộc phải vào hóa trị của người cha.

Cách khắc phục: Loại bỏ ảnh hưởng của người mẹ thông qua quy trình ứng dụng cho dù người tiền Clear dường như không gần hóa trị của người mẹ.

"LÀM" = ẢNH HƯỞNG

LÀM có thể định nghĩa là hành động sáng tạo ra ẢNH HƯỞNG.

Ảnh hưởng trong sáng tạo là hành động.

Auditor, khi làm quy trình cho người tiền Clear, sẽ luôn dùng "các quy trình ảnh hưởng" để làm tăng yếu tố "làm".

"Bạn có thể tạo ra ảnh hưởng gì đối với người cha?" là câu hỏi điển hình của auditor.

Nếu người tiền Clear bị ám ảnh bởi những quyển sách, chiếc máy, dụng cụ, một người nào đó thì auditor yêu cầu người tiền Clear *"nói dối về"*, sau đó *"bịa ra"* những ảnh hưởng mà người tiền Clear có thể tạo ra đối với điều đó. Trước tiên, người tiền Clear có thể không nghĩ ra được cái gì. Sau đó, khi quy trình tiếp tục, người tiền Clear có thể tỏ ra có sức tưởng tượng ngông cuồng hoặc thậm chí tàn bạo. Tiếp tục áp dụng quy trình ứng dụng sẽ đưa người tiền Clear vào tâm trạng thoải mái hơn. Những tên tội phạm hoặc những kẻ điên loạn là những người đang cố gắng một cách điên rồ để tạo ra ảnh hưởng rất lâu sau khi họ biết họ không thể làm việc đó. Khi ấy họ không thể tạo ra những ảnh hưởng tốt mà chỉ có những ảnh hưởng thô bạo mà thôi. Họ cũng không làm việc được (*"làm"*).

Nỗi thất vọng trong việc tạo ra ảnh hưởng dẫn đến tình trạng lệch lạc và hành vi không có lý trí. Nó cũng dẫn đến tình trạng lười nhác và bất cẩn.

Làm chủ sự chú ý là điều cần thiết để tạo ra ảnh hưởng. Do vậy, khi ta hiểu rằng ta không thể dễ dàng gây chú ý, ta tìm cách tạo ra những ảnh hưởng mạnh mẽ hơn. Ta tạo ra ảnh hưởng để được chú ý. Ta được chú ý để tạo ra ảnh hưởng.

Như trong Tiên đề 10:

Tạo ra ảnh hưởng là mục đích cao nhất trong vũ trụ này.

Vì thế khi ta không tạo ra ảnh hưởng được, ta không có mục đích gì cả. Và do đó điều này dẫn đến hậu quả trong cuộc sống. Có thể không sao khi là người cấp trên hoặc người cha, người mẹ nghiêm khắc và tàn nhẫn, nhưng những người như thế tạo ra tình trạng lười nhác và tội phạm. Nếu ta không thể chấp nhận ảnh hưởng tạo ra đối với ta (mà ta lại được người khác biết đến) thì nhất định sẽ nảy sinh những hậu quả tai hại.

Khi ta tin rằng ta tạo ra ảnh hưởng *ít nhất* đối với những người không tỉnh táo hoặc những người chết, những người này (như trong các bệnh viện hoặc ở Trung Quốc) trở thành chủ đề của nhiều hoạt động lệch lạc.

Câu hỏi *"bạn có thể tạo ra ảnh hưởng gì đối với người không tỉnh táo (hoặc người chết)?"* được auditor hỏi đi hỏi lại nhiều lần sẽ thu được một số kết quả kinh ngạc.

Người nghệ sĩ ngừng làm việc khi người nghệ sĩ ấy tin rằng mình không còn tạo ra ảnh hưởng được nữa.

Một người thật sự chết vì thiếu ảnh hưởng.

Nhưng an toàn thường phụ thuộc vào việc có khả năng tạo ra *"không chút ảnh hưởng nào"*.

Toàn bộ chủ đề sinh tồn được gói gọn trong "không chút ảnh hưởng nào". Rõ ràng là những yếu tố mà "không chút ảnh hưởng nào" có thể tạo ra cho các yếu tố đó, thì những yếu tố đó đều sinh tồn.

Nếu một người lo lắng về sinh tồn (một điều xuẩn ngốc vì người đó chẳng thể làm gì khác), người đó trở nên nóng lòng muốn có quanh mình những thứ chống lại mọi ảnh hưởng. Song vì mối lo duy nhất của người đó là về sinh tồn của một hóa trị hay nhân dạng nào đó nên cách khắc phục tình trạng khan hiếm những yếu tố này có thể giải quyết được vấn đề.

Một "chu trình hành động" khác (cũng bao gồm các loại ảnh hưởng) là "BẮT ĐẦU-THAY ĐỔI-và-DỪNG". Đây là định nghĩa của KIỂM SOÁT.

"Có"

Vì phải có sân chơi để tiến hành cuộc chơi (xem phần sau: "Các điều kiện có cuộc chơi và "không có cuộc chơi"") nên phải có yếu tố "CÓ".

Ta phải có khả năng chiếm hữu.

Có hàng triệu phương pháp chiếm hữu trong cuộc sống. Chính phương pháp rõ ràng thì lại bị bỏ qua. Nếu ta nhìn thấy được một vật thì ta có thể có vật đó (*nếu* ta nghĩ ta có thể).

Mức độ mà ta có thể sống là mức độ mà ta có thể sở hữu. Sở hữu không phải là dán nhãn hay chở đi. Sở hữu là có khả năng thấy, sờ mó hoặc chiếm.

Ta mất tới mức độ ta bị cấm có.

Nhưng để chơi một cuộc chơi, ta phải có khả năng tin rằng ta không thể có.

ẢNH HƯỞNG VÀ "CÓ"

ẢNH HƯỞNG và CÓ tạo thành một cặp như SỰ CHÚ Ý và NHÂN DẠNG.

"Ảnh hưởng" nên xảy ra thuận theo điều gì đó hoặc đối nghịch với điều gì đó. "Có" cũng vậy. Nếu sự chú ý của ta không bao giờ gặp cái gì cả thì không phải lúc nào ta cũng thích cái đó. Bởi vậy ta muốn có các vật thể.

"Ảnh hưởng" tạo nên khoảng cách. "Có" rút ngắn khoảng cách.

CÁC VẤN ĐỀ

Con người hay bất kỳ dạng sống nào trong vũ trụ này cũng dường như rất thích các VẤN ĐỀ.

Vấn đề quan trọng hơn sự tự do. Các vấn đề duy trì mối quan tâm.

Khi một người "có" một vấn đề hết sức triệt để và không giải quyết nổi vấn đề đó, người đó thực sự có quá ít vấn đề. Người đó cần có thêm vấn đề nữa.

Tình trạng thiếu sáng suốt ở những người nhàn rỗi là chuyện "khan hiếm vấn đề".

Vấn đề được định nghĩa là "hai hoặc nhiều mục đích đối lập", hoặc "ý định chống ý định".

Ngoài "các điều kiện của tồn tại" ra có thể có nhiều vấn đề phức tạp.

Nếu một người đã có *tất cả* sự chú ý trên thế giới, người đó sẽ không hạnh phúc. Nếu người đó đã có *tất cả* các nhân dạng có thể, người đó sẽ vẫn không hạnh phúc. Nếu người đó có thể làm nổ tung trái đất hoặc tạo ra *bất kỳ* ảnh hưởng lớn nào khác mà người đó muốn (không giới hạn), người đó sẽ là kẻ khốn khổ (hoặc mất trí). Nếu người đó có thể sở hữu *mọi thứ* ở mọi nơi, người đó trở nên ngu dần đến vô cảm, hoặc dường như là vậy. Bởi "các điều kiện của tồn tại" này đều là thứ cấp so với sự cần thiết phải có các vấn đề theo lập luận và các kết quả Scientology hiện thời.

Vì thế, yêu cầu một người *"nói dối về các vấn đề"* hoặc *"bịa ra các vấn đề"* có cùng tầm cỡ như những vấn đề người đó đang có hoặc hóa trị mà người đó đang ở trong đó, hay để *"bịa ra các dữ liệu"* có cùng tầm cỡ hoặc khác tầm cỡ với dữ liệu mà người đó bị gắn chặt vào, là làm ra một con người khỏe mạnh.

Có lẽ vấn đề là phương thuốc giải độc cho tình trạng không tỉnh táo. Nó chắc chắn là phương thuốc giải độc cho tình trạng buồn tẻ.

Song khi tạo ra các vấn đề của cuộc sống, người đó phải tham khảo "các điều kiện của tồn tại", "là, làm, có" và bạn đồng hành thiết yếu của các yếu tố này trong mọi trường hợp: *Sự chú ý.*

"Con người hay bất kỳ dạng sống nào
trong vũ trụ này cũng dường như rất thích
các vấn đề. Vấn đề quan trọng hơn sự tự do.
Các vấn đề duy trì mối quan tâm."

TÍNH TỰ QUYẾT
VÀ
TÍNH QUYẾT ĐỊNH
BAO TRÙM

TÍNH TỰ QUYẾT VÀ TÍNH QUYẾT ĐỊNH BAO TRÙM

TÍNH TỰ QUYẾT

Tính tự quyết là trạng thái quyết định những hành động của bản thân. Nó là hành động của động lực Thứ nhất (Bản thân) và để bảy động lực còn lại không quyết định hoặc trên thực tế đối lập với bản thân.

Vì thế nếu ta muốn đảm nhận phần còn lại của cuộc sống trong cuộc đấu tranh "tự do cho tất cả mọi người", ta có thể hoàn toàn một mực đòi hỏi Tính tự quyết. Vì các động lực còn lại phải có tiếng nói trong yếu tố bản thân của ta để thực hiện chức năng, các động lực này lập tức đấu tranh với bất kỳ nỗ lực nào với Tính tự quyết hoàn toàn.

TÍNH QUYẾT ĐỊNH BAO TRÙM

Tính quyết định bao trùm có nghĩa là quyết định hành động của bản thân và của những người khác. Nó có nghĩa là sự quyết định rộng hơn so với bản thân không thôi.

Theo một cách lệch lạc, chúng ta thấy điều này trong nỗ lực kiểm soát tất cả những người khác nhằm đề cao bản thân (làm cho mình quan trọng). Tính quyết định bao trùm là tính quyết định *xuyên khắp* hoặc tính quyết định đôi bên. Nếu ta kiểm soát (giám sát) cả hai phía trong một ván cờ thì ta "làm chủ" ván cờ.

Do vậy ta có Tính tự quyết trong bất kỳ trường hợp nào mà ta đang *đấu tranh.*

Ta có Tính quyết định bao trùm trong trường hợp ta đang *kiểm soát.*

Để trở thành có Tính quyết định bao trùm thay vì chỉ có Tính tự quyết, cần phải xem xét cả hai phía.

Vấn đề là "ý định chống ý định". Vì thế nó là điều có hai mặt đối lập. Bằng cách tạo ra các vấn đề, ta thường hay xem xét cả hai phía đối lập và do đó trở thành có Tính quyết định bao trùm.

Bởi vậy vấn đề chỉ *xuất hiện* để là điều cần thiết cho Con người mà thôi. Vấn đề là hiện thực gần nhất mà Con người phải Quyết định bao trùm. Trong quy trình ứng dụng, bịa ra những vấn đề vào lúc đó cho thấy tầm nhìn rộng hơn và nhờ đó giúp ta tách mình ra khỏi khó khăn.

❧

"Tính quyết định bao trùm là tính quyết định xuyên khắp hoặc tính quyết định đôi bên."

CÁC ĐIỀU KIỆN
CÓ CUỘC CHƠI
VÀ
"KHÔNG CÓ CUỘC CHƠI"

CÁC ĐIỀU KIỆN CÓ CUỘC CHƠI VÀ "KHÔNG CÓ CUỘC CHƠI"

rong Scientology, các yếu tố duy nhất quan trọng nhất với auditor là CÁC ĐIỀU KIỆN CÓ CUỘC CHƠI và CÁC ĐIỀU KIỆN "KHÔNG CÓ CUỘC CHƠI".

LÝ DO

Lý do: Tất cả các *cuộc chơi* đều lệch lạc.

Toàn bộ quy trình ứng dụng là chỉ nhằm vào việc thiết lập các điều kiện có cuộc chơi.

Không có hoặc chỉ có rất ít quy trình ứng dụng là nhằm vào các điều kiện "không có cuộc chơi".

Vì thế điều tối quan trọng là phải biết chính xác những điều kiện đó là gì, bởi ta có thể thiển cận về các điều này và thua cuộc.

QUY LUẬT

Quy luật: Tất cả các *cuộc chơi* đều lệch lạc; một số cuộc chơi thì vui.

CÁC YẾU TỐ CỦA CÁC CUỘC CHƠI

CÁC YẾU TỐ CỦA CÁC CUỘC CHƠI đối với auditor là:

Một cuộc chơi bao gồm những tự do, các rào cản và những mục đích.

Trong cuộc chơi, đội của chính ta hoặc của bản thân phải không tiếp nhận chút ảnh hưởng nào và phải gây ảnh hưởng sang cho đội kia hoặc cho đối phương.

Cuộc chơi nên có không gian và tốt nhất là sân chơi.

Cuộc chơi được chơi trong cùng một thể liên tục về thời gian cho cả hai phía (tất cả những người chơi).

Cuộc chơi phải có điều gì đó mà ta không có thì mới có cái để mà giành chiến thắng.

Một phần nào đó của các động lực phải không được cho vào cuộc chơi thì điều kiện có cuộc chơi mới tồn tại. Số lượng các động lực không cho vào cuộc chơi thể hiện sắc thái của cuộc chơi.

Các cuộc chơi diễn ra chỉ khi có "ý định đối lập ý định", "mục đích đối lập mục đích".

Tình trạng khan hiếm các cuộc chơi bắt buộc người tiền Clear phải chấp nhận các cuộc chơi ít mong muốn hơn.

Tham gia vào bất cứ cuộc chơi nào (dù đó là cuộc chơi của "người ốm", "người vợ ghen tuông" hoặc "khúc côn cầu trên ngựa") vẫn thích hợp hơn là ở trong điều kiện "không có cuộc chơi".

Hình thức cuộc chơi do một người đưa vào được quyết định bởi suy xét của người đó trên phương diện mức độ và kiểu ảnh hưởng nào người đó có thể tiếp nhận trong khi cố gắng gây ảnh hưởng.

Các cuộc chơi là cơ chế cơ bản cho sự chú ý liên tục.

Để chơi một cuộc chơi, ta phải có khả năng "không biết" quá khứ và tương lai của mình và "không biết" toàn bộ các ý định của đối phương của mình.

CÁC ĐIỀU KIỆN CÓ CUỘC CHƠI

CÁC ĐIỀU KIỆN CÓ CUỘC CHƠI là:

Sự chú ý

Nhân dạng

Ảnh hưởng đối với các đối phương

"Không chút ảnh hưởng nào" đối với bản thân

"Không thể có" đối với các đối phương, các mục tiêu và các khu vực của họ

"Có" đối với bản thân, các dụng cụ để chơi, những mục tiêu và sân riêng.

Mục đích

Các vấn đề của chơi

Tính tự quyết

Các đối phương

Khả năng có thể thua

Khả năng có thể thắng

Giao tiếp

"Không đến"

Kiểm soát

CÁC ĐIỀU KIỆN KHÔNG CÓ CUỘC CHƠI

CÁC ĐIỀU KIỆN KHÔNG CÓ CUỘC CHƠI là:

Biết tất cả

Không biết mọi thứ

Sự thanh thản

Yếu tố vô danh

"Không chút ảnh hưởng nào" đối với đối phương

Ảnh hưởng đối với bản thân hoặc đội của mình

Những người khác có mọi thứ

Bản thân "không thể có"

Các giải pháp

Tính quyết định bao trùm

Tình bạn với tất cả

Hiểu biết

Giao tiếp hoàn toàn

Không giao tiếp dưới bất kỳ hình thức nào

Thắng

Thua

Không vũ trụ

Không sân chơi

Đến

Chết

Chỉ làm quy trình với các điều kiện đã được liệt kê trên đây là Các điều kiện có cuộc chơi. Không làm quy trình trực tiếp hướng tới các điều kiện liệt kê là Các điều kiện "không có cuộc chơi". Làm như vậy, auditor sẽ loại bỏ (xóa) thông qua quy trình ứng dụng ảnh hưởng lệch lạc về các cuộc chơi và khôi phục khả năng chơi cuộc chơi.

"Một cuộc chơi bao gồm những tự do, các rào cản và những mục đích."

AUDITING:
CÁC THỦ TỤC
VÀ CÁC QUY TRÌNH

AUDITING: CÁC THỦ TỤC VÀ CÁC QUY TRÌNH

CÁC ĐIỀU KIỆN CỦA AUDITING

Các điều kiện rõ ràng nhất định phải được thực thi và một hệ phương pháp nhất định phải được tuân theo để quy trình ứng dụng có thể phát huy lợi ích tối đa.

Có lẽ điều kiện đầu tiên là nắm vững Scientology và nhiệm vụ của Scientology trên thế giới.

Điều kiện thứ hai sẽ là tâm trạng không căng thẳng của auditor và auditor tự tin rằng mình áp dụng Scientology đối với người tiền Clear sẽ không tạo ra kết quả có hại.

Điều kiện cần thiết thứ ba sẽ là tìm một người tiền Clear. Điều này theo đúng nghĩa của nó là ta nên tìm hiểu xem ai là người sẵn lòng muốn được làm quy trình. Khi đã tìm được một người sẵn lòng như vậy, ta cần đảm bảo chắc chắn rằng người đó biết là mình phải ở đó để được làm quy trình.

Điều kiện cần thiết thứ tư sẽ là một nơi yên tĩnh để làm auditing, đề phòng mọi mặt sao cho người tiền Clear không bị gián đoạn, không bị ai đó đột ngột mở cửa bước vào hoặc bị giật mình thái quá trong thời gian làm quy trình.

CÁC THỦ TỤC AUDITING

Tất cả những điều kiện cần thiết cho auditing từ nay trở đi hoàn toàn liên quan đến các THỦ TỤC và các QUY TRÌNH.

Nói đến thủ tục auditing là nói đến "một mẫu chung về cách ta đề cập đến người tiền Clear như thế nào".

Điều này bao gồm khả năng đặt câu hỏi cho người tiền Clear, dùng từ chính xác theo cùng một cách, lặp đi lặp lại, bất kể người tiền Clear đã trả lời câu hỏi đó bao nhiêu lần đi nữa.

Việc đó phải bao gồm khả năng đáp lại bằng những từ như *"tốt"* và *"được rồi"* mỗi lần người tiền Clear tiến hành hoặc tiến hành xong một câu lệnh. Việc đó phải bao gồm khả năng chấp nhận lời giao tiếp của người tiền Clear. Khi người tiền Clear có điều gì muốn nói, auditor nên chú ý đến lời giao tiếp đó và nên đáp lại thực tế là auditor đã nhận được lời giao tiếp của người tiền Clear.

Thủ tục còn bao gồm khả năng cảm nhận khi người tiền Clear đang bị quá căng thẳng trong khi làm quy trình ứng dụng hoặc đang trở nên bực mình thái quá, và khả năng giải quyết những tình huống gay cấn như thế trong buổi làm quy trình nhằm tránh tình trạng người tiền Clear bỏ đi.

Auditor phải có khả năng giải quyết những việc xảy ra hoặc những lời nhận xét khiến mình giật mình của người tiền Clear. Auditor cũng phải khéo léo tránh không để người tiền Clear nói một thôi một hồi không dứt ra được vì đối thoại kéo dài làm giảm rõ rệt yếu tố "có" của người tiền Clear. Nói chung, cắt đứt những lời trình bày như luận văn kéo dài của người tiền Clear càng sớm bao nhiêu thì càng tốt cho buổi làm quy trình bấy nhiêu (đó là quãng thời gian chỉ dành riêng cho auditing).

Do khác biệt với các thủ tục, các quy trình bao gồm việc sử dụng nguyên tắc của "thang độ dốc" với mục đích đặt người tiền Clear vào vị trí kiểm soát bản thân, tâm trí mình, mọi người và vũ trụ xung quanh mình tốt hơn.

Nói đến "thang độ dốc" có nghĩa là "tiến từ mức độ đơn giản đến mức độ khó hơn", không bao giờ giao cho người tiền Clear những việc vượt quá khả năng, mà chỉ giao cho người tiền Clear nhiều tới mức người tiền Clear có thể làm được cho đến khi người đó có khả năng xử lý khối lượng lớn.

Ý ở đây là đem lại cho người tiền Clear không gì khác ngoài thắng lợi và tránh không mang lại cho người tiền Clear những mất mát trong cuộc chơi quy trình ứng dụng. Do vậy, có thể thấy rằng quy trình ứng dụng là hoạt động mang tính đồng đội và bản thân nó không phải là cuộc chơi trong đó auditor đối chọi và tìm cách đánh bại người tiền Clear, còn người tiền Clear thì tìm cách đánh bại auditor. Bởi khi điều kiện này tồn tại, không mấy kết quả đạt được trong quy trình ứng dụng.

CÁC QUY TRÌNH CHÍNH XÁC

Giai đoạn đầu tiên của auditing nằm trong việc nắm quyền kiểm soát người tiền Clear để phục hồi lại cho người tiền Clear khả năng kiểm soát bản thân tốt hơn trước đây. Bước căn bản nhất tiếp theo là *địa điểm*, nhờ đó làm cho người tiền Clear có ý thức về việc mình đang ở trong phòng auditing, rằng auditor đang hiện diện và người tiền Clear đang là người tiền Clear. Những điều kiện đó sẽ trở nên khá rõ ràng nếu ta nhận ra rằng sẽ rất khó khi người con làm quy trình cho người cha. Người cha có thể không nhận ra ở người auditor của mình bất cứ điều gì khác ngoài thằng bé mà mình đã nuôi lớn. Bởi vậy phải làm cho người cha có ý thức về thực tế là cậu con trai đã thành một người thạo nghề trước khi có thể đặt người cha dưới sự kiểm soát trong quy trình ứng dụng.

Hãy nhìn tôi; Tôi là ai?

Một trong những câu lệnh căn bản nhất trong Scientology là:

"Hãy nhìn tôi; Tôi là ai?"

Sau khi người tiền Clear được yêu cầu làm việc này nhiều lần cho đến khi người tiền Clear có thể làm như vậy nhanh chóng và chính xác mà không phản đối, có thể nói rằng người tiền Clear sẽ "tìm được" auditor.

Bắt đầu-thay đổi-và-dừng

Người tiền Clear được auditor yêu cầu kiểm soát, nói khác đi là *bắt đầu*, *thay đổi* và *dừng* (chi tiết cấu trúc của kiểm soát) bất cứ điều gì người tiền Clear có khả năng kiểm soát.

Trong trường hợp tồi quá, việc này có thể là một vật rất nhỏ được đẩy quanh trên mặt bàn, được bắt đầu, thay đổi và dừng mỗi lần, theo đúng và chỉ theo câu lệnh của auditor, cho đến khi người tiền Clear *nhận ra rằng anh ta, chính anh ta, có thể bắt đầu, thay đổi và dừng vật thể đó:*

"Khi tôi nói bắt đầu, anh bắt đầu (vật thể) *theo hướng đó* (auditor chỉ hướng) *nhé?"*

"Bắt đầu."

Khi người tiền Clear đã bắt đầu:

"Anh đã bắt đầu (vật thể) *chưa?"*

"Khi tôi nói thay đổi, anh thay đổi vị trí (của vật thể) *từ* (vị trí do auditor chỉ rõ) *đến* (vị trí do auditor chỉ rõ) *nhé?"*

"Thay đổi."

Khi người tiền Clear làm rồi:

"Anh đã thay đổi vị trí (vật thể) *chưa?"*

"Tôi sẽ yêu cầu anh làm cho (vật thể) *di chuyển theo hướng đó* (auditor chỉ hướng). *Khi tôi nói dừng, anh dừng* (vật thể) *lại nhé?"*

"Làm cho (vật thể) *di chuyển."*

"Dừng."

Khi người tiền Clear đã dừng:

"Anh đã dừng (vật thể) *chưa?"*

Trong tất cả các câu lệnh của mình, auditor phải cẩn thận không bao giờ đưa ra câu lệnh thứ hai trước khi câu lệnh thứ nhất đã được tuân theo đầy đủ.

Đôi khi bốn hoặc năm giờ đồng hồ dành cho bước ứng dụng này lại hết sức đáng làm đối với người tiền Clear có trường hợp rất nan giải.

Sau đó người tiền Clear được yêu cầu bắt đầu, thay đổi và dừng cơ thể của chính mình dưới sự hướng dẫn rõ ràng và chính xác của auditor.

Auditor dùng *"cơ thể"* thay cho *"(vật thể)"* trong các câu lệnh trên.

Người tiền Clear trong thủ tục này được dẫn đi quanh phòng và được yêu cầu *bắt đầu, thay đổi* hướng và *dừng* cơ thể của mình, mỗi lần một hành động (nhấn mạnh điểm này) cho đến khi *người tiền Clear nhận ra rằng mình có thể làm điều đó dễ dàng*.

Chỉ đến lúc này mới có thể nói buổi làm quy trình đang tiến triển tốt đẹp hoặc người tiền Clear đang an toàn dưới sự kiểm soát của auditor.

Đặc biệt nên lưu ý rằng mục tiêu của Scientology là tính tự quyết tốt hơn cho người tiền Clear. Ngay lập tức, điều này loại trừ thôi miên, độc dược, rượu hoặc các cơ chế kiểm soát khác do những người khác và những liệu pháp trước đây sử dụng. Ta sẽ thấy rằng những điều đó không những không cần thiết mà chúng còn hoàn toàn đối lập với các mục tiêu về khả năng lớn hơn cho người tiền Clear.

Những điểm tập trung chủ yếu đối với auditor bây giờ là:

1. Khả năng *"có"* của người tiền Clear.

2. Khả năng *"không biết"* của người tiền Clear.

3. Và khả năng *chơi cuộc chơi* của người tiền Clear.

Một nhân tố bổ sung là khả năng *là chính mình* của người tiền Clear chứ không phải là một số người khác như cha, mẹ, người bạn đời hoặc con cái mình (xem phần trước: Thực thể tính, "làm" và "có").

"Có" (Bộ ba)

Khả năng của người tiền Clear được nâng lên thông qua việc đề cập đến yếu tố *"có"* dùng quy trình có tên là *Bộ ba*. Đây là 3 câu hỏi hoặc đúng hơn là 3 câu lệnh:

1 *"Nhìn quanh đây và cho tôi biết anh có thể có cái gì."*

2. *"Nhìn quanh đây và cho tôi biết anh sẽ cho phép cái gì ở nguyên chỗ."*

3. *"Nhìn quanh và cho tôi biết anh có thể bỏ đi cái gì."*

Câu số 1 ở trên thường dùng khoảng 10 lần, sau đó câu số 2 dùng 5 lần và câu số 3 dùng một lần. Tỷ lệ 10, 5 và 1 này là cách tiếp cận bình thường hoặc thường lệ để đạt được yếu tố "có". Kết quả cuối cùng trong tầm nhìn là đưa người tiền Clear vào trạng thái mà *người tiền Clear có thể chiếm hữu, sở hữu hoặc có bất cứ thứ gì người tiền Clear thấy mà không cần thêm các điều kiện, các hệ quả hoặc những hạn chế.*

Đây là quy trình mang tính trị liệu tốt nhất trong tất cả các quy trình, dù nó có vẻ sơ đẳng. Quy trình này được thực hiện mà không cần có quá nhiều giao tiếp "hai chiều" hoặc thảo luận với người tiền Clear. Quy trình này được thực hiện cho đến khi người tiền Clear có thể trả lời câu hỏi 1, 2 và 3 tốt như nhau.

Cũng cần chú ý ngay rằng 25 giờ đồng hồ dùng quy trình này của auditor đối với người tiền Clear (trải qua khoảng thời gian là vài buổi làm quy trình) thường mang lại kết quả là sắc thái được nâng lên rất cao. Nói 25 giờ đồng hồ là để đưa ra ý niệm về độ dài thời gian quy trình này nên được áp dụng. Do lặp đi lặp lại mãi cùng một câu hỏi đối với một người bình thường là một việc căng thẳng nên ta sẽ thấy rằng auditor cần phải được rèn luyện tốt hoặc được đào tạo hết sức kỹ trước khi tiến hành auditing.

Trong trường hợp người tiền Clear nào có rất ít khả năng, *"không thể có"* được dùng thay cho *"có"* trong câu hỏi đầu tiên ở trên trong vài giờ cho đến khi người tiền Clear đã sẵn sàng cho "Bộ ba" dưới dạng *"có"*.

Khi lựa chọn các nhóm (các nhóm này là tám động lực) và lựa chọn chúng khi chúng dường như do người tiền Clear đưa ra, ta hỏi những nhóm này *"không thể có"* cái gì. Ta *không* nhấn mạnh việc bản thân cá nhân *"không thể có"* cái gì, vì làm như vậy sẽ khiến cá nhân đặt thành định đề chống lại bản thân. Chúng ta hãy giả sử người tiền Clear là một người đàn ông và nhóm "phụ nữ" đã được lựa chọn. Câu hỏi auditing khi ấy sẽ là:

"Nhìn quanh đây và cho tôi biết phụ nữ không thể có cái gì."

Đối với người tiền Clear nam, dĩ nhiên câu hỏi sẽ là:

"Nhìn quanh đây và cho tôi biết đàn ông không thể có cái gì" cũng có thể làm quy trình được vì sự thật là người tiền Clear không phải là đàn ông mà chỉ có cơ thể đàn ông thôi.

Đối với các nhóm khác, câu hỏi cũng vậy:

"Nhìn quanh đây và cho tôi biết (nhóm) *không thể có cái gì."*

("Có thể-không thể" này là mặt ưu và nhược của toàn bộ tư duy mà trong Scientology gọi bằng một từ chuyên môn là *"lưỡng phân"*).

"Không biết"

Phục hồi khả năng "không biết" của người tiền Clear cũng là phục hồi người tiền Clear trong dòng thời gian vì quá trình của thời gian bao gồm *biết* thời điểm *hiện tại, "không biết"* quá khứ và *"không biết"* tương *lai* — cùng một lúc.

Quy trình này, cũng như tất cả các quy trình Scientology khác, đều có đặc trưng lặp đi lặp lại. Thông thường quy trình được thực hiện chỉ sau khi người tiền Clear đã ở trong trạng thái rất tốt và nhìn chung được thực hiện thực hiện ngoài trời, nơi có đông người.

Ở đây auditor (không cần gây sự chú ý của quần chúng) chỉ ra một người và hỏi người tiền Clear:

"Anh có thể "không biết" điều gì về người đó?"

Auditor không cho phép người tiền Clear "không biết" những điều mà người tiền Clear vốn đã không biết. Người tiền Clear chỉ "không biết" những điều mà có thể thấy được và rõ ràng về người đó.

Quy trình này cũng thực hiện đối với những vật thể khác trong môi trường, chẳng hạn như các bức tường, sàn nhà, ghế và những thứ khác. Auditor không nên hoảng hốt khi đối với người tiền Clear những khoảng lớn của môi trường bắt đầu biến mất. Điều này xảy ra là chuyện thường và thực ra mà nói, người tiền Clear nên làm cho toàn bộ môi trường biến mất theo sự điều khiển của chính mình. Môi trường không biết mất đối với auditor. Mục tiêu cuối cùng của quy trình "không biết" này là *sự biến mất của toàn bộ vũ trụ, dưới sự kiểm soát của người tiền Clear* (nhưng chỉ đối với người tiền Clear mà thôi).

Trong khi áp dụng quy trình ứng dụng này ta sẽ phát hiện ra rằng yếu tố "có" của người tiền Clear có thể bị suy giảm. Nếu điều này xảy ra, người tiền Clear đã không được áp dụng đủ quy trình ứng dụng Bộ ba trước khi được áp dụng quy trình này. Trong trường hợp như thế chỉ cần hỏi xen vào: *"Nhìn quanh đây và cho tôi biết anh có thể có cái gì"* cùng với câu lệnh "Không biết" để giữ người tiền Clear ở trạng thái tốt.

Sự sụt giảm của yếu tố "có" thể hiện bằng tâm trạng bối rối lo âu, nói một thôi một hồi không dứt ra được, nửa không tỉnh táo hoặc trạng thái tê mê của người tiền Clear. Những biểu hiện này chỉ chỉ ra sự giảm sút yếu tố "có" mà thôi.

Câu hỏi ngược lại ở đây là:

"Cho tôi biết điều mà anh sẽ sẵn lòng muốn người đó (auditor chỉ ra) *"không biết" về anh."*

Cả hai mặt của câu hỏi đều phải được thực hiện (thực hiện auditing). Quy trình này có thể được tiếp tục trong 25 giờ đồng hồ, hoặc thậm chí 50 hay 75 giờ đồng hồ, làm auditing, với lợi ích đáng kể miễn là câu hỏi đó không gây phản ứng quá dữ dội đối với người tiền Clear trên phương diện mất yếu tố "có".

Cần lưu ý: người tiền Clear có thể *phân thân* trong khi áp dụng quy trình ứng dụng Bộ ba hoặc "Không biết" đối với người tiền Clear.

Nói cách khác, việc auditor đã làm cho người tiền Clear phân thân có thể trở nên rõ ràng (hoặc là qua quan sát của auditor hoặc là người tiền Clear báo cho auditor biết). Trong chương bảy "Các phần của Con người" có lời giải thích về hiện tượng này. Trong auditing hiện đại, auditor không làm bất cứ điều gì kỳ quặc về hiện tượng này ngoài việc tiếp nhận và quan tâm đến lời nói của người tiền Clear về sự thật đó. Người tiền Clear không được để bị hoảng sợ vì đó là biểu hiện thông thường. Người tiền Clear đang ở trạng thái tốt hơn và sẽ làm quy trình ứng dụng tốt hơn khi phân thân so với khi "ở trong đầu anh ta".

Khả năng "không biết" thực sự là khả năng xóa đi *quá khứ* bằng sự "tự chủ" mà không phải áp chế nó bằng năng lượng hoặc đi vào bất kỳ phương pháp nào khác và là điều cần thiết để giúp người tiền Clear. Đó là phục hồi chủ yếu về trạng thái biết. Quên là biểu hiện thấp hơn so với trạng thái "không biết".

Chơi cuộc chơi

Khả năng thứ ba được auditor tập trung giải quyết là khả năng *chơi cuộc chơi* của người tiền Clear.

Điều kiện cần thiết đầu tiên và trên hết trong các điều kiện cần thiết để chơi một cuộc chơi là khả năng kiểm soát. Ta phải có khả năng kiểm soát điều gì đó để tham gia vào cuộc chơi. Vì thế, sự phục hồi chung của khả năng kiểm soát (bằng cách bắt đầu, thay đổi và dừng sự vật) là sự phục hồi về khả năng chơi cuộc chơi.

Khi người tiền Clear từ chối không muốn bình phục, đó là vì người tiền Clear đang dùng "tình trạng" của mình như một cuộc chơi và không tin rằng có bất kỳ cuộc chơi nào tốt hơn cho mình để chơi so với tình trạng mà người tiền Clear đang ở trong đó. Người tiền Clear có thể phản kháng nếu điều này được gọi là "cuộc chơi".

Tuy nhiên, bất kỳ trạng thái nào cũng sẽ chịu nhượng bộ nếu auditor yêu cầu được người tiền Clear "*Bịa ra*" ra những trạng thái tương tự hoặc "*Nói những lời nói dối*" về trạng thái đang tồn tại. Bịa ra các *cuộc chơi*, bịa ra những *trạng thái* hoặc bịa ra các *vấn đề* tương tự sẽ phục hồi khả năng chơi cuộc chơi.

Điều chính yếu trong các nhân tố phục hồi khác nhau này là *kiểm soát* (bắt đầu, thay đổi và dừng), các *vấn đề* và sự *sẵn lòng áp đảo* hoặc *bị áp đảo*. Ta ngừng khả năng có các cuộc chơi khi ta mất kiểm soát đối với những điều khác nhau, khi ta trở nên thiếu các vấn đề và khi ta không sẵn lòng bị áp đảo (nói cách khác là thua cuộc) hoặc không sẵn lòng áp đảo (thắng cuộc).

Trong khi áp dụng quy trình ứng dụng về yếu tố "có" (như trong quy trình Bộ ba ở trên), ta sẽ nhận thấy một điều là ta có thể hạ bớt khả năng chơi cuộc chơi vì yếu tố "có" là một phần phần thưởng của cuộc chơi.

Về các *vấn đề,* ta sẽ thấy rằng những vấn đề này là hoàn toàn cần thiết đối với việc chơi cuộc chơi. Chi tiết cấu trúc của vấn đề là "ý định chống ý định". Về cơ bản, đây là mục đích của tất cả các cuộc chơi: có hai phía, mỗi phía có một ý định đối lập. (Về mặt kỹ thuật mà nói, vấn đề là hai hoặc nhiều *mục đích* mâu thuẫn với nhau). Phát hiện xem liệu có phải người tiền Clear đang chịu tình trạng khan hiếm các cuộc chơi hay không là điều rất đơn giản. Người tiền Clear nào cần thêm cuộc chơi thì tự mình sẽ vớ phải những vấn đề hiện tại khác nhau. Nếu auditor phải đối mặt với người tiền Clear đang bị ám ảnh bởi một vấn đề ở thời hiện tại, auditor cần biết hai điều:

1. Khả năng của người tiền Clear để chơi cuộc chơi là thấp.

2. Auditor phải áp dụng một quy trình ứng dụng chính xác ngay lập tức để phục hồi người tiền Clear trong buổi làm quy trình.

Việc đó thường diễn ra vào lúc bắt đầu buổi auditing mà người tiền Clear đã gặp phải vấn đề hiện tại to lớn giữa các buổi làm quy trình. Người tiền Clear phải luôn luôn được trao đổi trước khi buổi làm quy trình thực sự tiến hành để xem người tiền Clear có điều gì lo lắng hay không.

Đối với người tiền Clear đang lo lắng về một tình huống hoặc vấn đề hiện tại nào đó, không có quy trình nào khác có bất kỳ hiệu quả nào lớn hơn quy trình sau đây:

Các vấn đề sánh ngang tầm mức

Auditor (khi đã thảo luận rất *ngắn gọn* về vấn đề) yêu cầu người tiền Clear:

"Bịa ra một vấn đề sánh ngang tầm mức."

Auditor có thể phải diễn đạt lại yêu cầu này để làm cho người tiền Clear hiểu hoàn toàn. Nhưng về cơ bản auditor muốn người tiền Clear *bịa ra* hoặc *sáng tạo* ra một vấn đề mà người tiền Clear cho là tương tự với vấn đề mà người tiền Clear đang có.

Nếu người tiền Clear không có khả năng thực hiện điều này thì lúc đó cần yêu cầu người tiền Clear *"nói dối về"* vấn đề mà người tiền Clear đang có. Nói dối là tầm mức thấp nhất của yếu tố sáng tạo. Sau khi người tiền Clear đã nói dối về vấn đề đó trong một thời gian ngắn, ta sẽ thấy rằng người tiền Clear sẽ có khả năng bịa ra các vấn đề. Người tiền Clear nên được yêu cầu bịa ra hết vấn đề này đến vấn đề khác cho đến khi *người tiền Clear không còn lo lắng đến vấn đề hiện tại của mình nữa.*

Auditor nên hiểu rằng người tiền Clear mà giờ đây "sẵn lòng làm một việc gì đó để giải quyết vấn đề" thì việc áp dụng quy trình ứng dụng *"Bịa ra một vấn đề sánh ngang tầm mức"* cho người Clear đó là chưa đủ lâu. Chừng nào người tiền Clear vẫn cố *làm* việc gì đó để giải quyết vấn đề thì vấn đề vẫn có tầm quan trọng ám ảnh đối với người tiền Clear. Không một buổi làm quy trình nào có thể tiếp tục thành công chừng nào vấn đề hiện tại như vậy vẫn chưa bị "xẹp" hoàn toàn. Kinh nghiệm cho thấy khi vấn đề hiện tại chưa được loại trừ tận gốc bằng quy trình này, phần còn lại của buổi làm quy trình, mà quả thực là toàn bộ tiến trình auditing có thể bị gián đoạn.

Khi người tiền Clear dường như không tiến bộ dưới tác động của auditing (điều mà người tiền Clear phải thể hiện rõ rệt và quan sát được), lúc ấy hẳn phải đặt giả định là người tiền Clear có vấn đề hiện tại chưa được loại trừ tận gốc và phải được giải quyết trong auditing. Mặc dù auditor nêu ra cho người tiền Clear hiểu rằng cả auditor cũng tin là vấn đề hiện tại này cực kỳ quan trọng, song auditor không được *tin* là quy trình này sẽ không giải quyết bất kỳ vấn đề hiện tại nào, bởi quy trình này sẽ giải quyết được.

Quy trình này cần được thực hiện đối với một số người tiền Clear cùng với quy trình Bộ Ba.

Nếu người tiền Clear được yêu cầu *"nói dối về"* hoặc *"bịa ra một vấn đề sánh ngang tầm mức"* và trong khi làm như vậy người tiền Clear bị kích động, trở nên không tỉnh táo, bắt đầu nói lung tung hoặc nói một thôi một hồi không dứt ra được, cần thừa nhận rằng người tiền Clear sẽ phải được thực hiện một vài quy trình "có" cho đến khi sự kích động hoặc biểu hiện đó ngưng lại để quy trình "Các vấn đề sánh ngang tầm mức" có thể được tiếp tục tiến hành trở lại.

Áp đảo

Một khía cạnh khác của khả năng chơi cuộc chơi là sự *sẵn lòng thắng* và *sẵn lòng thua*. Cá nhân phải sẵn lòng ở thế *chủ động* hoặc sẵn lòng ở thế *bị động*. Khi đề cập đến các cuộc chơi, điều này rút gọn thành sự sẵn lòng thắng và sẵn lòng thua. Mọi người trở nên sợ bị đánh bại và sợ bị thất bại. Toàn bộ chi tiết cấu trúc của thất bại chỉ là những định đề hoặc ý định của ta bị đảo ngược trong hành động. Chẳng hạn: ta có ý định đập một bức tường và đập bức tường đó. Đó là thắng lợi. Ta có ý định không đập bức tường và không đập nó. Đó cũng là thắng lợi. Ta có ý định không đập bức tường và đập nó. Đó là thất bại. Ta có ý định đập bức tường và không thể đập nó. Đó cũng là thất bại. Ta sẽ thấy, trong việc này cũng như những việc khác, liệu pháp quan trọng nhất đó là *thay đổi ý định*. Ta *coi* mọi việc là như thế nào thì mọi việc là như thế đó và *không* có cách nào khác. Nếu đưa ra định nghĩa của thắng và thua là một việc tương đối đơn giản thì xử lý vấn đề cũng đơn giản.

Trạng thái này thể hiện rõ ràng nhất trong quy trình ứng dụng bằng một quy trình gọi là *"Áp đảo".*

Cách sơ đẳng để áp dụng quy trình ứng dụng này là đưa người tiền Clear ra ngoài nơi có nhiều người để quan sát và khi chỉ ra một người, hãy hỏi người tiền Clear:

"Điều gì có thể áp đảo người đó?"

Khi người tiền Clear trả lời câu hỏi này, hãy hỏi người tiền Clear cũng về người đó:

"Điều gì người đó có thể áp đảo?"

Sau đó hỏi người tiền Clear câu hỏi thứ ba:

"Nhìn quanh đây và cho tôi biết anh có thể có cái gì."

Ba câu hỏi này thực hiện hết câu nọ đến câu kia.

Sau đó chọn một người khác, rồi lại hỏi ba câu hỏi này. Quy trình này có thể thay đổi về cách dùng từ, nhưng ý tưởng chính phải giữ như trên. Có thể hỏi người tiền Clear:

"Anh sẽ cho phép điều gì áp đảo người đó?"

Và:

"Anh sẽ cho phép người đó áp đảo điều gì?"

Và dĩ nhiên:

"Nhìn quanh đây và cho tôi biết anh có thể có cái gì."

Đây chỉ là một trong số những quy trình có thể thực hiện về chủ đề áp đảo. Nhưng cũng nên lưu ý rằng yêu cầu người tiền Clear nghĩ về những điều có thể áp đảo *anh ta* có thể hết sức tai hại cho trường hợp đó. Khi giải quyết vấn đề áp đảo, nên tạo cho người tiền Clear một cách nhìn bàng quan.

Tính tách biệt

Tương phản với các quy trình "có" (Bộ ba), song lại là quy trình mang tính trị liệu ít hơn, là quy trình *"Tính tách biệt"*. Ta yêu cầu người tiền Clear:

"Nhìn quanh và hãy khám phá những thứ tách biệt với anh."

Câu này lặp lại nhiều lần. Tuy nhiên nó có tính phá hoại đối với yếu tố "có" ngay cả khi nó thỉnh thoảng chứng tỏ là nó có ích.

SỬ DỤNG CÁC QUY TRÌNH

Ta sẽ thấy rằng yếu tố *"có"* (các rào cản), trạng thái *"không biết"* (ở thời hiện tại mà không ở quá khứ hoặc tương lai), các *mục đích* (các vấn đề, những yếu tố phản kháng hoặc "ý định chống ý định") và *tính tách biệt* (tự do) đã bao hàm kỹ chi tiết cấu trúc của các cuộc chơi.

Tuy nhiên không nên nghĩ rằng yếu tố "có" chỉ chú trọng đến các cuộc chơi. Có nhiều nhân tố khác đưa vào đó. Trong số tất cả những yếu tố này, "có" *là* yếu tố mang tầm quan trọng duy nhất lớn nhất.

Vào thời gian này của Scientology, ta tập trung giải quyết bản thân chủ quan (tâm trí) càng ít càng tốt. Ta giữ cho người tiền Clear luôn tỉnh táo với môi trường rộng lớn xung quanh. Tập trung giải quyết các nếp năng lượng khác nhau của tâm trí không phát huy lợi ích bằng các bước ứng dụng là những bước trực tiếp tiếp cận những người khác hoặc vũ trụ vật chất này. Vì thế yêu cầu người tiền Clear ngồi yên để trả lời câu hỏi *"Anh có thể có cái gì?"* (khi câu hỏi được người tiền Clear trả lời bằng trải nghiệm của mình hoặc "dựa trên thực tế" song lại không hiện có) được thấy là không mang tính trị liệu và thay vào đó lại làm giảm khả năng và trí thông minh của người tiền Clear. Đây là điều gọi là "quy trình chủ quan (ở trong tâm trí mà thôi)".

Đây là những quy trình chính đem lại những thành quả rõ rệt. Còn có các quy trình khác và có các tổ hợp quy trình, nhưng những quy trình đưa ra ở đây là những quy trình quan trọng nhất. Một nhà Scientology hiểu biết tâm trí một cách trọn vẹn dĩ nhiên có thể thực hiện nhiều "thủ thuật" với các tình trạng của mọi người để cải thiện các tình trạng đó. Một trong những thủ thuật này là khả năng tập trung giải quyết bệnh tâm thể, chẳng hạn như chân bị khập khiễng mà cơ thể không hề có vấn đề gì nhưng vẫn không đi lại được bình thường.

Auditor có thể yêu cầu người tiền Clear:

"Hãy nói với tôi một lời nói dối về cái chân của anh" và có thể giải tỏa đau đớn hoặc các triệu chứng.

Hỏi người tiền Clear, lặp đi lặp lại:

"Nhìn quanh đây và cho tôi biết chân của anh có thể có vấn đề gì" chắc chắn sẽ giải tỏa được sôma.

Hỏi người tiền Clear bị đau chân:

"Cái chân anh có thể gây ra vấn đề gì cho anh?"

Hoặc yêu cầu người tiền Clear:

"Bịa ra một vấn đề sánh ngang tầm mức với chân của anh" sẽ tạo ra thay đổi rõ ràng cho tình trạng của cái chân.

Điều này có thể áp dụng cho bất cứ phần nào hoặc cơ quan nào khác trong cơ thể.

Khá kỳ lạ là điều này cũng có thể áp dụng cho đồ đạc của người tiền Clear. Nếu người tiền Clear có một chiếc xe nào đó hoặc xe kéo không chữa được hoặc gây rắc rối cho người tiền Clear, ta có thể hỏi người tiền Clear:

"Cái xe kéo có thể gây ra vấn đề gì cho anh?"

Yêu cầu người tiền Clear:

"Bịa ra (nhiều vấn đề như vậy)", ta sẽ khám phá ra rằng người tiền Clear đã giải quyết được những vấn đề mà người tiền Clear gặp phải với cái xe kéo.

Có một hiện tượng đang tồn tại là người tiền Clear vốn đã có nhiều cuộc chơi sắp sẵn. Khi ta yêu cầu người tiền Clear nêu ra các vấn đề cho auditor, người tiền Clear đã có những biểu hiện của *As-is* (hoặc xóa đi) diễn ra. Tư duy xóa đi. Vì thế số lượng vấn đề hoặc các cuộc chơi mà người tiền Clear có thể có sẽ được làm giảm bằng cách yêu cầu người tiền Clear thuật lại những vấn đề hoặc cuộc chơi mà người tiền Clear đã có. Yêu cầu người tiền Clear thuật lại hoặc miêu tả các triệu chứng của mình thì tính trị liệu sẽ *kém hơn* nhiều và có thể dẫn đến tình trạng các triệu chứng đó bị tồi tệ hơn (trái với những điều một số trường phái tư duy đã tin trước đây, song lại là nguyên nhân dẫn đến những thất bại của các trường phái đó).

$\mathcal{A}$UDITING: NHỮNG ĐIỀU CẦN TRÁNH

Có một số điều cụ thể ta phải tránh trong auditing. Đó là:

1. NHỮNG Ý TƯỞNG TRỪU TƯỢNG: Điều dễ dàng nhất mà thetan làm là đổi ý. Điều khó khăn nhất thetan làm là giải quyết môi trường mà thetan thấy mình ở trong đó. Do vậy yêu cầu thetan loại bỏ những ý tưởng khác nhau thông qua quy trình ứng dụng là sự lầm tưởng. Đó là sai lầm. Yêu cầu người tiền Clear suy ngẫm về một điều gì đó cũng có thể là sai lầm. Yêu cầu người tiền Clear thực hiện những bước ứng dụng liên quan đến tâm trí người tiền Clear không thôi có thể hoàn toàn tai hại. Người tiền Clear được làm quy trình giữa bản thân và môi trường của mình. Nếu người tiền Clear được làm quy trình giữa bản thân và tâm trí của mình thì người tiền Clear được làm quy trình hoàn toàn "quá thiển cận" và trạng thái của người tiền Clear sẽ xấu đi.

2. GIAO TIẾP HAI CHIỀU: Có thể có quá nhiều giao tiếp hai chiều hoặc quá nhiều giao tiếp trong buổi auditing. Giao tiếp liên quan đến việc làm giảm yếu tố "có". Để cho người tiền Clear cứ nói mãi hoặc nói một thôi một hồi không dứt ra được là để cho người tiền Clear làm giảm yếu tố "có" của mình. Người tiền Clear nào được phép tiếp tục nói thì bản thân sẽ nói tới mức chính mình bị tụt xuống trên Thang sắc thái và rơi vào tình trạng tồi tệ. Thà auditor chỉ việc bảo người tiền Clear một cách khiếm nhã "im đi" còn hơn là để người tiền Clear tự làm cho mình "tuột ra khỏi đáy" của yếu tố "có".

Bạn có thể quan sát điều này để biết nếu bạn cho phép một người không có khả năng nói mấy về những rắc rối của mình tiếp tục nói. Người đó sẽ bắt đầu nói ngày càng sôi nổi. Người đó đang làm giảm yếu tố "có" của chính mình. Cuối cùng người đó sẽ nói tới mức chính mình bị tụt xuống trên Thang sắc thái thành Vô cảm. Ở thời điểm này người đó sẽ sẵn lòng bảo bạn (khi bạn vẫn một mực yêu cầu người đó nói) rằng người đó "cảm thấy khá hơn", nhưng trên thực tế người đó lại thực sự trở nên tồi tệ hơn.

Hỏi người tiền Clear: "Bây giờ anh cảm thấy thế nào?" có thể làm giảm yếu tố "có" của người tiền Clear vì người tiền Clear sẽ để ý đến tình trạng hiện tại của mình và As-is một ít khối.

3. QUÁ NHIỀU QUY TRÌNH: Có thể áp dụng quy trình ứng dụng cho người tiền Clear dùng quá nhiều quy trình trong thời gian quá ngắn làm giảm sự bình phục của người tiền Clear. Điều này giải quyết bằng cách quan sát "khoảng thời gian chậm giao tiếp" của người tiền Clear. Có thể phát hiện ra rằng người tiền Clear sẽ trả lời cách quãng với câu hỏi lặp đi lặp lại, mỗi lần trả lời lại khác đi. Khi có một quãng thời gian dài kế tiếp giữa câu trả lời của người tiền Clear cho câu hỏi được đặt ra lần thứ hai, người tiền Clear được gọi là có khoảng thời gian chậm giao tiếp. "Khoảng thời gian chậm giao tiếp" là "độ dài thời gian giữa hành động đặt câu hỏi của auditor và hành động *trả lời chính câu hỏi đó* của người tiền Clear". Đó không phải là độ dài thời gian giữa việc đặt câu hỏi của auditor và *lời nói nào đó* của người tiền Clear. Ta sẽ thấy rằng khoảng thời gian chậm giao tiếp kéo dài ra hoặc rút ngắn lại đối với câu hỏi lặp đi lặp lại. Câu hỏi đã được hỏi đến lần thứ 10 có thể không tìm ra được sự chậm trễ đáng kể nào. Đây là lúc thôi không hỏi câu hỏi đó nữa vì bây giờ nó không còn khoảng thời gian chậm giao tiếp dễ nhận thấy nào. Ta có thể ngưng bất kỳ quy trình nào khi sự chậm trễ trong giao tiếp cho *ba câu hỏi liền* đều như nhau.

Để chuyển từ quy trình này sang quy trình khác, ta dùng "cầu giao tiếp" là yếu tố làm giảm tới mức rõ rệt khả năng có thể phải dùng quá nhiều quy trình. Cầu giao tiếp luôn luôn được dùng đến. Trước khi hỏi một câu hỏi, người tiền Clear cần được thảo luận về câu hỏi đó và cách dùng từ trong câu hỏi đó đã được tán thành như thể người tiền Clear đang thảo ra một bản hợp đồng với auditor vậy. Auditor nói rằng mình sẽ yêu cầu người tiền Clear làm một số việc nhất định và tìm hiểu xem nếu auditor yêu cầu người tiền Clear làm những điều này thì với người tiền Clear như thế "có được không".

Đây là phần đầu tiên của cầu giao tiếp. Cầu giao tiếp thực hiện trước tất cả các câu hỏi. Nhưng khi ta đang đổi từ quy trình này sang quy trình khác, cầu giao tiếp trở thành chiếc cầu thực sự. Ta làm quy trình cũ "chững lại" bằng cách hỏi người tiền Clear "liệu người tiền Clear có không nghĩ là ngưng quy trình đó vào lúc này là an toàn hay không?" Ta thảo luận lợi ích có thể đạt được của quy trình và sau đó nói với người tiền Clear rằng mình sẽ không còn sử dụng quy trình đó nữa. Bây giờ auditor nói với người tiền Clear rằng mình sẽ sử dụng quy trình mới, miêu tả quy trình đó và đi đến đồng ý làm quy trình đó. Khi đã đạt được sự đồng ý, auditor mới dùng quy trình này. Cầu giao tiếp lúc nào cũng được sử dụng. Nửa sau của cầu giao tiếp (sự đồng ý làm quy trình mới) luôn được sử dụng trước khi bắt đầu bất kỳ quy trình nào.

4. BỎ KHÔNG GIẢI QUYẾT VẤN ĐỀ HIỆN TẠI. Có thể có nhiều trường hợp bị sa lầy hoặc thấy không thể thu được ích lợi gì trong việc làm quy trình hơn bất kỳ một mục nào khác vì đã làm ngơ vấn đề hiện tại (như đã bao hàm ở trên).

5. TRẠNG THÁI KHÔNG TỈNH TÁO, TÊ MÊ HOẶC KÍCH ĐỘNG của người tiền Clear không phải là dấu hiệu của trạng thái tốt. Đó là mất yếu tố "có". Người tiền Clear không bao giờ được làm quy trình đến mức bị rơi vào trạng thái không tỉnh táo hoặc tê mê. Cần giữ cho người tiền Clear luôn luôn tỉnh táo. Hiện tượng cơ bản của trạng thái không tỉnh táo là "luồng đã chảy quá lâu theo một hướng". Nếu ta nói liên hồi quá lâu cho ai đó nghe, ta sẽ khiến người đó không tỉnh táo. Để thức tỉnh mục tiêu của toàn bộ cuộc nói chuyện đó, cần phải làm cho người không tỉnh táo nói chút ít. Chỉ cần để đảo ngược bất kỳ luồng nào khiến trạng thái không tỉnh táo biến mất. Tuy nhiên điều này thường được quan tâm đến trong Scientology hiện đại bằng cách áp dụng quy trình Bộ ba trên đây.

"Ý ở đây là đem lại cho người tiền Clear
không gì khác ngoài thắng lợi và tránh không
mang lại cho người tiền Clear những mất mát
trong cuộc chơi quy trình ứng dụng. Do vậy
có thể thấy rằng quy trình ứng dụng là hoạt động
mang tính đồng đội..."

TƯƠNG LAI
CỦA
SCIENTOLOGY

TƯƠNG LAI CỦA SCIENTOLOGY

Cùng với việc Con người ngày nay được trang bị các loại vũ khí đủ sức hủy diệt toàn nhân loại trên trái đất, một tôn giáo mới đang nổi lên có khả năng giải quyết Con người là vấn đề có tầm quan trọng sống còn. Scientology là tôn giáo như vậy. Scientology ra đời trong cùng một lò lửa như bom nguyên tử. Năng lực trí tuệ cơ bản của Scientology xuất phát từ vật lý hạt nhân, toán học cao cấp và sự am hiểu về thời Cổ đại ở phương Đông. Scientology có thể thực hiện chính xác những điều nó nói là nó làm được.

Với Scientology, Con người có thể ngăn chặn tình trạng điên khùng, tội phạm và chiến tranh. Scientology là để cho Con người sử dụng. Scientology là để làm cho Con người tốt hơn.

Ngày nay, cuộc chạy đua chủ yếu trên trái đất không phải là giữa quốc gia này với quốc gia khác. Cuộc chạy đua duy nhất có ý nghĩa quan trọng vào thời điểm này là cuộc chạy đua đang diễn ra giữa Scientology và bom nguyên tử. Lịch sử của Con người – như những người có uy tín nổi tiếng đã nói – có thể phụ thuộc rất nhiều vào bên nào chiến thắng.

HẾT

PHỤ LỤC

ĐỌC THÊM   173

ĐỊA CHỈ   180

BẢNG CHÚ GIẢI TỪ, NGỮ VÀ THUẬT NGỮ CỦA BIÊN TẬP VIÊN   185

BẢNG CHÚ DẪN   223

ĐỌC THÊM
SÁCH CỦA L. RON HUBBARD

Các tài liệu về Dianetics và Scientology bao gồm khối thông tin lớn nhất từ trước đến nay được tập hợp về tâm trí, linh hồn và sự sống, đã được ông L. Ron Hubbard sàng lọc và hệ thống hóa hết sức kỹ càng qua 5 thập kỷ nghiên cứu, điều tra và phát triển. Các kết quả của công việc đó được lưu giữ trong hàng trăm cuốn sách và trên 3000 bài thuyết giảng đã được ghi âm.

Dianetics là công trình mở đường đồng thời là nhánh nghiên cứu của Scientology. Ở các trang tiếp theo là những cuốn sách chúng tôi xin giới thiệu cho người mới bắt đầu. Các cuốn sách này được sắp xếp theo trình tự mà ông L. Ron Hubbard đã viết. Việc bao gồm cả các từ và thuật ngữ được ông L. Ron Hubbard định nghĩa khi sử dụng lần đầu với độ chính xác đáng kể đã mang lại lợi ích không nhỏ cho việc nghiên cứu theo trình tự thời gian. Bằng cách nghiên cứu theo trình tự, bạn sẽ thấy được chủ đề này đã phát triển như thế nào, bạn sẽ không chỉ hiểu biết rộng hơn mà còn áp dụng được vào cuộc sống của mình nữa.

Bản liệt kê các cuốn sách dưới đây cho thấy cuốn sách *"Scientology: Những nguyên tắc căn bản của tư duy"* nằm vào phần nào trong dòng phát triển này. Từ đó, bạn có thể xác định bước đi *kế tiếp* hoặc bất kỳ cuốn sách nào trước đó mà bạn có thể đã bỏ sót. Khi đó, bạn sẽ có khả năng lấp các chỗ trống trong khi đạt được không chỉ kiến thức của mỗi bước đột phá mà còn hiểu rộng hơn những gì bạn đã nghiên cứu.

Đây là con đường tới *"biết cách biết"*, mở khóa các cánh cổng tới tương lai tươi đẹp hơn cho *bạn*. Hãy đi trên con đường đó và bạn sẽ thấy.

Sách Dianetics

Dianetics: Luận Điểm Khởi Thủy • Bản miêu tả *đầu tiên* của ông L. Ron Hubbard về Dianetics. Ban đầu cuốn sách được lưu hành ở dạng bản thảo. Chẳng bao lâu sau cuốn sách này được sao lại và chuyền tay từ người này sang người khác. Tiếp sau đó là những lời truyền miệng và nhu cầu có nhiều thông tin hơn đã hình thành. Ông L. Ron Hubbard đi đến kết luận rằng cách duy nhất để trả lời mọi câu hỏi là viết một cuốn sách. Cuốn sách đó là *"Dianetics: Ngành khoa học hiện đại về sức khỏe tâm trí"*, giờ đây là cuốn sách "tự giúp bản thân" bán chạy nhất mọi thời đại. Hãy tìm hiểu xem điều gì đã khởi đầu tất cả, bởi đây là cơ sở nền tảng của những khám phá Dianetics: *"Các tiên đề khởi thủy"*, *"Nguyên lý động lực của tồn tại"*, *"Phân tích cấu trúc của tâm trí phân tích và tâm trí phản ứng"*, *"Các động lực"*, *"Thang sắc thái"*, *"Bộ luật Auditor"* và bản miêu tả đầu tiên về *người Clear*. Thậm chí còn hơn thế nữa, đây là các luật chính miêu tả quy trình ứng dụng có hiệu quả *như thế nào* và *tại sao*. Tất cả chỉ có thể tìm thấy ở đây, trong cuốn *"Dianetics: Luận điểm khởi thủy"*.

Dianetics: Sự Phát Triển Của Một Ngành Khoa Học • Đây là câu chuyện về việc làm thế nào ông L. Ron Hubbard đã khám phá ra tâm trí phản ứng và phát triển các thủ tục để loại bỏ tâm trí này. Ban đầu được viết cho một tạp chí quốc gia, xuất bản đồng thời với việc phát hành cuốn *"Dianetics: Ngành khoa học hiện đại về sức khỏe tâm trí"*, cuốn sách đã dấy lên một phong trào lan rộng chỉ ngay sau một đêm khi cuốn sách được xuất bản. Đây vừa là những nguyên tắc căn bản của Dianetics vừa là bản tường trình duy nhất về cuộc hành trình khám phá kéo dài 2 thập kỷ của ông L. Ron Hubbard và về cách ông áp dụng hệ phương pháp khoa học làm sáng tỏ những bí ẩn và các vấn đề về tâm trí con người. Do đó, có thể nói cuốn sách này là tinh hoa 10.000 năm nghiên cứu của Con người.

Dianetics: Ngành Khoa Học Hiện Đại Về Sức Khỏe Tâm Trí • Tiếng sét giữa trời quang đã bắt đầu một phong trào trên toàn thế giới, bởi đây là cuốn sách có tính chất bước ngoặt trình bày khám phá của ông L. Ron Hubbard về *tâm trí phản ứng* là tâm trí nằm ẩn sâu bên dưới và nô dịch Con người. Đó là nguồn gốc của những cơn ác mộng, những nỗi sợ vô lý, những xáo trộn và tình trạng bất an. Cuốn sách đưa ra cách để loại bỏ nó và đạt được mục tiêu đã bấy lâu tìm kiếm – đó là người Clear. Đây là cuốn sổ tay hoàn chỉnh về thủ tục Dianetics. Với cuốn sổ tay này, bất cứ hai người nào có trí thông minh tương đối cũng có thể phá bỏ những "xiềng xích" đã giam cầm họ với những xáo trộn và những tổn thương của quá khứ. Là một cuốn sách bán chạy nhất trong suốt hơn nửa thế kỷ và với hàng chục triệu bản in, được dịch ra trên 50 thứ tiếng và sử dụng trong hơn 100 quốc gia trên thế giới, *Dianetics* hiển nhiên là cuốn sách được đọc rộng rãi nhất và gây ảnh hưởng lớn nhất về tâm trí con người từ trước đến nay. Và vì lý do đó, Dianetics sẽ mãi mãi được xem là *Quyển một*.

TỰ LÀM QUY TRÌNH CHO BẢN THÂN

PHÂN TÍCH BẢN THÂN – *SỔ TAY KIẾN THỨC CƠ BẢN TỰ LÀM QUY TRÌNH CHO BẢN THÂN* • Các rào cản của cuộc sống thực ra chỉ là những cái bóng. Hãy học để biết bản thân mình chứ không chỉ cái bóng của mình. Cuốn sách *"Phân tích bản thân"* có chứa bản miêu tả đầy đủ nhất về trạng thái tỉnh táo. Cuốn sách này đưa bạn đi qua quá khứ của mình và xuyên suốt các tiềm năng của mình – cuộc sống của bạn. Trước hết, với một loạt các bài kiểm tra bản thân và dùng biểu đồ Hubbard về đánh giá con người, bạn sẽ xác định được bản thân trên Thang sắc thái. Sau đó, khi áp dụng một loạt các quy trình nhẹ nhàng nhưng hiệu quả, bạn sẽ bước vào cuộc phiêu lưu vĩ đại khám phá bản thân. Cuốn sách này còn chứa đựng những nguyên lý bao quát có thể với tới *mọi* trường hợp, từ thấp nhất đến cao nhất, kể cả các phương pháp kỹ thuật auditing hiệu quả đến nỗi ông L. Ron Hubbard đã thường xuyên tham khảo chúng trong suốt những năm tiếp theo khi ông đi vào nghiên cứu các trạng thái cao nhất. Tóm lại, cuốn sách này không chỉ đưa ta lên cao hơn trên Thang sắc thái mà còn có thể kéo ta ra khỏi gần như bất cứ tình trạng nào.

SỔ TAY DÀNH CHO NGƯỜI TIỀN CLEAR – *SỔ TAY KIẾN THỨC NÂNG CAO TỰ LÀM QUY TRÌNH CHO BẢN THÂN* • Đây là "Mười lăm điều khi tự làm quy trình cho bản thân" đã được sắp xếp nhằm phục hồi *tính tự quyết*. Ngoài ra, cuốn sách còn có nhiều bài tiểu luận tạo nên bản miêu tả tổng quát nhất về *Trạng thái lý tưởng của Con người*. Hãy khám phá xem tại sao các nếp cư xử lại trở thành một thứ bị ấn định chắc chắn đến vậy, tại sao dường như các thói quen không thể phá vỡ được, các quyết định cách đây đã lâu có sức mạnh đối với một người nhiều hơn các quyết định của ngày hôm nay như thế nào, và vì sao một người lại giữ những trải nghiệm tiêu cực trong quá khứ ở thời hiện tại. Tất cả đều được trình bày rõ ràng trên Biểu đồ các thái độ (một bước đột phá quan trọng trong lịch sử bổ sung cho Biểu đồ Hubbard về đánh giá con người) xác định trạng thái lý tưởng của sinh thể, các *thái độ* và các *phản ứng* của ta với sự sống. *Khi tự làm quy trình cho bản thân, "Sổ tay dành cho người tiền Clear" được sử dụng cùng với cuốn "Phân tích bản thân".*

SÁCH SCIENTOLOGY

LÝ THUYẾT VÀ THỰC HÀNH

SCIENTOLOGY: NHỮNG NGUYÊN TẮC CĂN BẢN CỦA TƯ DUY – *CUỐN SÁCH CƠ BẢN VỀ LÝ THUYẾT VÀ THỰC HÀNH SCIENTOLOGY DÀNH CHO NGƯỜI MỚI BẮT ĐẦU • (Cuốn sách mà bạn đang đọc)*. Cuốn sách này được ông L. Ron Hubbard chọn làm *Quyển một của Scientology*. Sau khi đã thống nhất và hệ thống hóa đầy đủ các chủ đề của Dianetics và Scientology, các nguyên tắc căn bản đã được sàng lọc ra đời. Ban đầu được xuất bản với vai trò là bản tóm tắt Scientology dùng để dịch sang các thứ tiếng khác không phải là tiếng Anh, cuốn sách này có giá trị vô cùng lớn đối với cả những người mới bắt đầu lẫn các học viên nâng cao về tâm trí, linh hồn và sự sống. Chỉ cần được trang bị cuốn sách này không thôi ta cũng có thể bắt đầu thực hành và thực hiện được những thay đổi kỳ diệu trong trạng thái vui khỏe, khả năng và trí thông minh của mọi người. Trong cuốn sách này có *"Chu trình hành động", Các điều kiện của tồn tại, Tám động lực, Tam giác ARC, Những phần của Con người*, bản phân tích đầy đủ của *Cuộc sống là một cuộc chơi*, và nhiều điều khác nữa, kể cả các quy trình chính xác dành cho cá nhân áp dụng những nguyên tắc này khi làm quy trình. Bởi vậy ở đây, trong một cuốn sách này, ta có những nguyên tắc hết sức căn bản của Scientology áp dụng trên khắp mọi mặt của cuộc sống và đây là biện pháp để nâng cao toàn bộ nền văn hóa này.

CÔNG VIỆC

NHỮNG VẤN ĐỀ CỦA VIỆC LÀM – *SCIENTOLOGY ÁP DỤNG CHO THẾ GIỚI THƯỜNG NHẬT* • Như ông L. Ron Hubbard đã miêu tả trong cuốn sách này, cuộc sống bao gồm bảy phần mười công việc, một phần mười gia đình, một phần mười chính trị và một phần mười nghỉ ngơi. Đây là Scientology áp dụng cho bảy phần mười đó của sự tồn tại, kể cả lời giải đáp cho *"Tình trạng kiệt sức"* và *"Bí quyết của hiệu quả"*. Đây cũng là bản phân tích về chính cuộc sống – một cuộc chơi gồm các quy luật riêng của nó. Khi bạn biết các quy luật đó, bạn sẽ thành đạt. Cuốn *"Những vấn đề của việc làm"* có chứa phương pháp kỹ thuật mà không ai có thể sống thiếu nó và là phương pháp kỹ thuật mà ai cũng có thể áp dụng ngay lập tức trong thế giới thường nhật.

CÁC NGUYÊN TẮC SỐNG

SCIENTOLOGY: MỘT CÁCH NHÌN MỚI VỀ CUỘC SỐNG • Những điều thiết yếu của Scientology dành cho mọi khía cạnh của cuộc sống. Các câu trả lời cơ bản đặt bạn vào vị trí mà bạn có thể kiểm soát được sự tồn tại của mình, những sự thật mà bạn có thể dùng làm nguồn tham khảo mỗi khi cần đến, đó là: *Liệu có thể hạnh phúc được không? Hai nguyên tắc để sống hạnh phúc, Tính chính trực cá nhân, Nhân cách phản xã hội* và nhiều vấn đề khác nữa. Trong mỗi phần của cuốn sách này, bạn sẽ thấy những sự thật Scientology miêu tả các điều kiện trong cuộc sống *của bạn* và những cách *chính xác* để cải thiện các điều kiện đó.

BẠN CÓ THỂ *GẶP* ÔNG L. RON HUBBARD

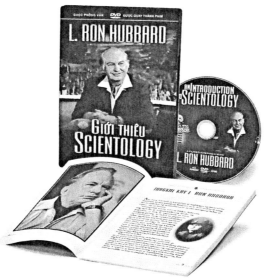

TRONG CUỘC PHONG VẤN DUY NHẤT ĐƯỢC QUAY THÀNH PHIM NÀY

Scientology là gì?

Áp dụng thực tiễn của Scientology cho người bình thường trên phố là gì?

Scientology có thể giúp mọi người khắc phục các vấn đề của mình như thế nào?

Tại sao Con người tồn tại trên hành tinh này và mục đích của Con người ở đây là gì?

Đó là những câu hỏi được hàng triệu người đặt ra. Trong cuộc phỏng vấn hiếm hoi được quay thành phim này, ông L. Ron Hubbard đã đưa ra câu trả lời về: điều gì đã *khiến* ông bắt đầu cuộc tìm kiếm của mình để giúp đỡ nhân loại, những *khám phá* mà ông đã dày công thực hiện cho ta những lời giải đáp cho các vấn đề khó hiểu về tâm trí và sự sống mà bấy lâu nay ta tìm kiếm cũng như việc ông đã xây đắp nên *tuyến đường* để hoàn tất các trạng thái mới của thực thể tính và hạnh phúc như thế nào – tuyến đường ấy đã được chính ông L. Ron Hubbard giải thích cho thế giới.

Hãy gặp gỡ người đã sáng lập nên tôn giáo mới trong thời đại nguyên tử, một tôn giáo hiện đang lan rộng trên khắp toàn cầu, một tôn giáo đang thay đổi bộ mặt của trái đất, một tôn giáo rốt cuộc là hội tụ của khoa học và tôn giáo. Vì thế đây là tôn giáo mà chỉ có cái tên *Scientology* mới xứng với nó.

Hãy mua "*Giới thiệu Scientology*"

Hiện có tại bất kì tổ chức Scientology nào hoặc đặt mua trực tiếp tại nhà xuất bản. (Xem phần địa chỉ ở trang trước.)

ĐỊA CHỈ

Scientology là tôn giáo phát triển nhanh nhất trên thế giới hiện nay. Các tổ chức và trung tâm Scientology đều có mặt ở khắp các thành phố trên thế giới. Các tổ chức và trung tâm mới vẫn đang tiếp tục hình thành.

Để biết thêm thông tin hoặc để biết tổ chức Scientology gần bạn nhất là ở đâu, hãy vào xem trang web Scientology:

www.scientology.org
email: info@scientology.org

Bạn cũng có thể gửi thư tới bất kỳ tổ chức Lục địa nào (liệt kê ở trang sau). Tổ chức đó sẽ hướng dẫn bạn tới một trong hàng ngàn tổ chức và trung tâm Scientology trên khắp thế giới hoặc cung cấp cho bạn thông tin về cách thành lập Nhóm Scientology tại khu vực của bạn.

Có thể mua các cuốn sách của L. Ron Hubbard ở bất kỳ địa chỉ hay nhà xuất bản nào trên trang 178.

CÁC TỔ CHỨC LỤC ĐỊA:

MỸ

Văn phòng liên lạc lục địa miền Tây nước Mỹ
1308 L. Ron Hubbard Way
Los Angeles, California 90027 USA
info@wus.scientology.org

Văn phòng liên lạc lục địa miền Đông nước Mỹ
349 W. 48th Street
New York, New York 10036 USA
info@eus.scientology.org

CANADA

Văn phòng liên lạc lục địa Canada
696 Yonge Street, 2nd Floor
Toronto, Ontario
Canada M4Y 2A7
info@scientology.ca

MỸ LA TINH

Văn phòng liên lạc lục địa Mỹ La Tinh
Federacion Mexicana de Dianetica
Calle Puebla #31
Colonia Roma, Mexico D.F.
C.P. 06700, Mexico
info@scientology.org.mx

VƯƠNG QUỐC LIÊN HIỆP ANH

Văn phòng liên lạc lục địa Vương Quốc Liên Hiệp Anh
Saint Hill Manor
East Grinstead, West Sussex
England, RH19 4JY
info@scientology.org.uk

CHÂU PHI

Văn phòng liên lạc lục địa châu Phi
5 Cynthia Street
Kensington
Johannesburg 2094, South Africa
info@scientology.org.za

ÚC, NEW ZEALAND VÀ CHÂU Á THÁI BÌNH DƯƠNG

VĂN PHÒNG LIÊN LẠC LỤC ĐỊA ANZO

20 Dorahy Street
Dundas, New South Wales 2117
Australia
info@scientology.org.au

Văn phòng liên lạc Đài Loan
1st, No. 231, Cisian 2nd Road
Kaohsiung City
Taiwan, ROC
info@scientology.org.tw

CHÂU ÂU

VĂN PHÒNG LIÊN LẠC LỤC ĐỊA CHÂU ÂU

Store Kongensgade 55
1264 Copenhagen K, Denmark
info@scientology.dk

Văn phòng liên lạc Liên bang các quốc gia độc lập
Trung tâm quản lý Dianetics
và phổ biến Scientology
Pervomajskaya Street, House 1A
Korpus Grazhdanskoy Oboroni
Losino-Petrovsky Town
141150 Moscow, Russia
info@scientology.ru

Văn phòng liên lạc Trung Âu
Nánási út 1/C
1031 Budapest, Hungary
info@scientology.hu

Văn phòng liên lạc Iberia
C/Miguel Menendez Boneta, 18
28460 – Los Molinos
Madrid, Spain
info@spain.scientology.org

Văn phòng liên lạc Ý
Via Cadorna, 61
20090 Vimodrone
Milan, Italy
info@scientology.it

HÃY ĐĂNG KÝ LÀM HỘI VIÊN MIỄN PHÍ SÁU THÁNG
TẠI HIỆP HỘI
CÁC NHÀ SCIENTOLOGY QUỐC TẾ

*H*iệp hội các nhà Scientology Quốc tế (tên tiếng Anh là "the International Association of Scientologists", gọi tắt là IAS) là một tổ chức gồm hội viên là tất cả các nhà Scientology cùng tập hợp trong chiến dịch mang tính chất sống còn nhất trên trái đất.

Thẻ Hội viên sáu tháng miễn phí dành cho hội viên mới là thẻ dùng cho bất cứ ai trước đây chưa có thẻ hội viên của Hiệp hội này.

Với tư cách là hội viên, bạn được giảm giá khi mua các tài liệu Scientology ở các tổ chức Scientology.

Mục đích của IAS là:

"Đoàn kết, phát triển, ủng hộ và bảo vệ Scientology cũng như các nhà Scientology trên khắp mọi miền trái đất nhằm đạt được Các mục tiêu của Scientology như ông L. Ron Hubbard đã đề ra."

Hãy tham gia vào lực lượng hùng mạnh nhất này để mang lại sự thay đổi tích cực cho hành tinh hôm nay, đưa hàng triệu con người đến với sự thật vĩ đại hơn bao trùm trong Scientology.

HÃY THAM GIA HIỆP HỘI
CÁC NHÀ SCIENTOLOGY QUỐC TẾ.

Để đăng ký làm thành viên,
bạn hãy gửi thư đến Hiệp hội
các nhà Scientology Quốc tế tại địa chỉ
Saint Hill Manor, East Grinstead,
West Sussex, England, RH19 4JY

www.iasmembership.org

Bảng chú giải từ, ngữ
và thuật ngữ của biên tập viên

Từ ngữ thường có nhiều nghĩa. Các định nghĩa đưa ra ở đây chỉ là nghĩa được dùng trong cuốn sách này. Các thuật ngữ Dianetics được in đậm. Bên cạnh mỗi định nghĩa, bạn sẽ thấy số trang mà nghĩa của từ đó xuất hiện lần đầu tiên để bạn có thể tra lại phần văn bản nếu bạn muốn.

Bảng chú giải này không có ý định thay cho các từ điển ngôn ngữ tiêu chuẩn là những từ điển nên tham khảo để tra các từ, ngữ hoặc thuật ngữ không có dưới đây.

– Ban biên tập

ác cảm: cảm thấy hoặc bày tỏ thái độ giận dữ, thù địch, chống đối mạnh mẽ hoặc chán ghét, nhất là về phía một người hoặc vật cụ thể nào đó. Trang 57

ám ảnh: làm cho sự chú ý bị điều khiển tập trung duy nhất hoặc lặp đi lặp lại vào điều gì; bận tâm đến không dứt ra được. Trang 125

As-is: làm cho điều gì đó biến mất hoặc không còn tồn tại bằng cách điều đó đúng như thế nào thì xem xét điều đó đúng thế. Trang 161

Attila: (? – 453 sau Công nguyên) kẻ chinh phục dã man và là vua của người Hung nô (một giống dân châu Á hiếu chiến). Cùng quân đội nổi danh và đáng sợ về tính tàn bạo của mình, Attila đã tiến hành một cuộc tàn phá hàng loạt và cách đối xử không thương xót những nơi bị ông ta giày xéo. Ông ta đã dùng vũ lực xâm chiếm Đông và Trung Âu, lập ra một đế chế vĩ đại. Trang 95

auditing: hoạt động theo đó auditor nghe và đưa ra câu lệnh. Còn gọi là "quy trình ứng dụng". Trang 115

auditor: người thực hành Scientology; người nghe, thính giả. Trang 6

ấn tượng: hành động liên quan đến áp lực của một vật (thường là nguyên nhân bên ngoài) lên hoặc vào bề mặt của vật khác. Cũng theo cách diễn đạt đó, từ này có nghĩa là sự nhớ hoặc hình ảnh tâm trí của điều gì đó in dấu vào tâm trí như là kết quả của trải nghiệm. Trang 68

bác: làm mất giá trị, nói, hành động hoặc suy luận làm cho người tiền Clear xem ra bị sai. Trang 115

bài luận văn: sự luận bàn kéo dài, thường diễn đạt bằng lời một cách có hệ thống hoặc viết. Trang 80

bài luyện: bước ứng dụng, quy trình. Trang 6

bài thuyết trình: trao đổi ý kiến bằng lời; hội thoại. Trang 48

bản tổng kết: phần tóm tắt lại và nêu lên giá trị hoặc chất lượng. Trang vii

bao gồm: được tạo thành bởi hoặc gồm có. Trang 23

bằng lời: bao gồm hoặc diễn đạt bằng từ ngữ (trái với những điều có thật hoặc những điều tồn tại trong thực tế). Trang 39

bắt đầu nảy mầm: bắt đầu lớn lên, phát triển; trở thành hiện hữu. Trang 1

bắt nguồn: hành động hoặc trường hợp xuất phát, bắt đầu như từ một nguồn hoặc nguồn gốc nào đó. Trang 91

bất tử: không có khả năng bị hoặc chịu cái chết; có khả năng sống hoặc kéo dài mãi mãi. Trang 77

bề ngoài của sự việc: xuất phát từ những điều thể hiện ra ngoài không thôi; rõ ràng là; dường như. Trang 91

bị áp đảo: bị chiến thắng hoặc bị khuất phục trong tâm trí hoặc cảm giác. Trang 7

bị gây mê: bị làm cho không tỉnh táo như bằng một loại thuốc tê nào đó là chất gây ra tình trạng không tỉnh táo hoặc mất cảm giác đau đớn. Trang 70

bị khuất phục: những người đã bị đánh bại hoặc bị chế ngự dùng sức mạnh hoặc đôi khi bằng sự thuyết phục. Trang 94

bị kích động: có điều lo lắng trong tâm trí; bị xáo trộn; bị làm náo động. Trang 158

bị lệch lạc: bị ảnh hưởng bởi *sự lệch lạc*. Hành vi lệch lạc là hành vi sai trái hoặc hành vi không có sự hỗ trợ của lý trí. Lệch lạc là trệch hướng khỏi suy nghĩ hoặc cách cư xử có lý trí; không sáng suốt. *Xem thêm sự lệch lạc.* Trang 88

biểu hiện: thể hiện hoặc biểu lộ cho thấy sự tồn tại, hiện diện, các phẩm chất hoặc bản chất của điều gì đó. Trang 39

biến mất: làm bất chợt không hiện diện nữa. Trang 89

biện chứng: ban đầu là cách làm nhằm cố đạt được sự thật bằng cách trao đổi các cuộc tranh luận logic hoặc những câu hỏi và trả lời qua lại. Sau đó từ này dùng để miêu tả lý thuyết rằng sự phát triển của các ý kiến nảy sinh vì một khái niệm làm nảy sinh khái niệm trái ngược, và kết quả của mâu thuẫn này là quan điểm thứ ba (được cho là cấp sự thật cao hơn hai quan điểm đầu tiên). Nhà cách mạng người Đức Các Mác (1818 – 1883) đã thay đổi điều này, coi cuộc sống chỉ là vật chất và bao gồm những mặt hoặc khía cạnh trái ngược ("cuộc vật lộn của những yếu tố đối lập"), mà các mâu thuẫn của những điều trái ngược đó là các lực thúc đẩy sự thay đổi, rồi cuối cùng biến đổi hoặc làm tan biến những yếu tố này. Trang 6

bỏ đi: làm mà không cần; từ bỏ không sở hữu. Trang 57

bỏ xa: nghĩa đen là để lại phía sau, như một kiểu cạnh tranh nào đó, chẳng hạn như chạy. Cũng theo nghĩa đó, từ này dùng để nói đến sự vượt trội cách một quãng lớn, đặc biệt là nhờ kỹ năng, kiến thức hoặc phương pháp ưu việt hơn. Trang vii

bom Hyđrô: là loại vũ khí nổ hủy diệt hàng loạt (khả năng phá huỷ cao hơn nhiều so với bom nguyên tử) trong đó những lượng năng lượng khổng lồ được giải phóng ra. Trang 2

bom nguyên tử: loại bom có sức phá hủy hết sức lớn, sức công phá của nó là do một lượng rất lớn năng lượng giải phóng đột ngột cùng với việc hạt nhân (các nhân) của nguyên tử vỡ thành các mảnh nhỏ. Trang viii

bóp méo: bị ảnh hưởng, bị làm méo mó đến mức nào đó; làm cho xuất hiện khác với thực chất của điều đó hoặc khác với cái lẽ ra nó phải như thế. Trang ix

bởi: vì lý do là. Trang 2

buộc: theo phương thức hành động do chịu một xung lực không thể cưỡng lại được để tiến hành một hành động trái với ý muốn của bản thân. Trang 55

buộc phải phục tùng: giữ không cho lên; giữ ở dưới, hạn chế hoặc kiềm chế. Trang 7

buổi làm quy trình: khoảng thời gian dành cho auditing. Trang 115

buồn phiền: đau khổ về mặt tâm trí và cảm xúc do mất mát hoặc thất vọng gây ra; nỗi buồn, nỗi sầu khổ hoặc tiếc nuối. Trang 53

bùn nhơ: bất cứ cái gì không sạch, không có giá trị hoặc thoái hóa; nghĩa đen là vũng bùn nhày nhụa đặc quánh. Trang 1

bức tranh toàn cảnh: tầm hoặc tầm nhìn trọn vẹn và toàn diện. Trang 53

bước sóng: bước sóng là yếu tố thuộc về chuyển động. Nhiều chuyển động quá ngẫu nhiên, quá hỗn loạn khó mà có các bước sóng thứ tự. Một bước sóng có thứ tự là một luồng của chuyển động. Nó có khoảng cách lặp lại đều đặn giữa các đỉnh. Hãy lấy một chiếc dây thừng hoặc chiếc ống bơm nước trong vườn, rồi quất nhẹ một cái. Bạn sẽ thấy một đường sóng di chuyển dọc theo sợi dây thừng hoặc chiếc ống bơm nước đó. Năng lượng, bất kể là điện năng, ánh sáng hay âm thanh, đều có cùng mẫu hình như vậy. Đây là đường sóng chuyển động đều. Độ dài của bước sóng là khoảng cách giữa các đỉnh. Bước sóng đo bằng các đơn vị chiều dài như centimet, insơ hoặc phút. Trang 66

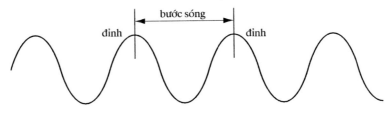

ca ngợi: nói đều đều hoặc lặp đi lặp lại. Trang 54

cá tính: toàn bộ những đặc trưng hoặc phẩm chất làm cho một người khác với những người khác; đặc tính cá nhân. Trang 38

cách ngôn: lời nói của người xưa, thường được nhắc lại. Trang 59

cấp bậc thấp (nhất): mức thấp nhất, ở dưới nhất về chất lượng, giá trị mà cái gì đó có trên thang độ. Trang 26

cấp cơ thể: "cấp cơ thể" có nghĩa là "thuộc về cơ thể". Do từ "đau" mang tính tái kích thích và bởi trước đây, từ "đau" dẫn đến tình trạng lẫn lộn giữa nỗi đau thể xác và nỗi đau tâm trí, từ "cấp cơ thể" được dùng trong Dianetics để chỉ đau đớn của cơ thể hoặc bất kỳ sự khó chịu nào thuộc bất kỳ dạng nào. Nó có thể có nghĩa là đau đớn thực sự, chẳng hạn như đau đớn gây ra do bị vết cắt hoặc bị một cú đánh; hoặc có thể có nghĩa là sự khó chịu do nóng hoặc lạnh chẳng hạn; nó cũng có thể là ngứa ngáy. Nói ngắn gọn, bất kỳ những gì khó chịu về mặt cơ thể. Nó không bao gồm sự khó chịu về tâm trí như đau buồn chẳng hạn. Khó thở không phải là "cấp cơ thể". "Cấp cơ thể" có nghĩa là trạng thái cơ thể bất sinh tồn của sinh thể. Trang 68

cấp dưới: có địa vị thấp hơn; nhỏ hơn trên thang độ so với cái lớn hơn hoặc mạnh hơn. Từ này theo nghĩa quân sự để nói tới cá nhân ở vị trí thấp hơn hoặc thuộc hàng thấp hơn. Trang 56

cấp trên: giỏi hơn; có ảnh hưởng lớn hơn; ở bậc cao hơn (cái gì). Trang 56

cầu giao tiếp: cầu giao tiếp được miêu tả trong chương "Auditing: Các thủ tục và các quy trình", phần "Auditing: Những điều cần tránh". Trang 163

chặt chẽ: (nói về việc quan sát, thí nghiệm, kiểm tra, v.v...) thực hiện một cách cẩn thận và kỹ lưỡng. Trang 91

châm ngôn: nguyên tắc được diễn đạt súc tích, luật về cách ứng xử hoặc câu nói về sự thật nói chung. Trang 59

chấp nhận: cho, để cho. Trang 2

chi tiết cấu trúc: cách sắp xếp của các bộ phận của một vật. Trang 59

chỉ số: yếu tố chỉ cho biết, dấu hiệu hoặc thước đo điều gì đó. Trang 40

chỉ số thông minh: con số có được qua kiểm tra nhằm cho thấy trí thông minh của một người. ("Chỉ số" nghĩa là kết quả của phép chia và dùng để nói tới cách tính điểm của bài kiểm tra.) Trang 114

chia: tách thành các phần hoặc các bộ phận; tách ra. Trang 37

chiêu bài: vẻ bên ngoài hoặc hình thức của ai hoặc cái gì đó. Trang 56

chiều: phạm vi có thể đo được hoặc phạm vi về không gian của bất kỳ loại nào như chiều dài, chiều rộng và chiều cao. Trang 86

chịu đựng: chịu, cam chịu hoặc dung thứ (bất cứ điều gì không vừa ý, đau đớn, v.v...). Trang 55

cho đến nay: cho đến thời lúc này; cho đến bây giờ. Trang 68

cho là: đánh giá là; coi là, xem là hoặc nghĩ là. Trang 26

chở đi: mang đi hoặc lấy đi một số của cải như thể bằng cách đặt nó vào trong một chiếc xe kéo – loại xe thường do ngựa kéo. Trang 127

chủ động: nói tới các phản ứng của cơ chủ động, những phản ứng thường được kiểm soát bởi hoặc tuân theo sự lựa chọn tỉnh táo của cá nhân, chẳng hạn như cử động của cánh tay. Trang 55

chủ nghĩa cộng sản: học thuyết hoặc hệ thống chính trị, trong đó tất cả của cải và tài sản đều do tất cả các thành viên của xã hội phi giai cấp sở hữu và một đảng duy nhất với quyền lực tuyệt đối điều hành hệ thống kinh tế và chính trị của đất nước. Nhiều hạn chế trên diện rộng được thi hành đối với các quyền tự do cá nhân và tự do tín ngưỡng, các quyền cá nhân đều bị các nhu cầu tập thể của quần chúng nhân dân bãi bỏ. Trang 66

chủ quan: ở trong tâm trí mà thôi. Trang 160

chủ quyền: tự do không bị bên ngoài can thiệp vào và quyền tự trị. Trang 3

chuẩn xác: không bị lỗi; tốt, giỏi, có giá trị. Trang 116

chuốc lấy: nhận lấy ngoài ý muốn của mình (cái không hay). Trang 89

chuyên biệt: thiết kế hoặc tồn tại để dùng trong một tuyến, khu vực hoặc chủ đề cụ thể. Trang 87

chủng tộc: nhóm người liên quan với nhau do có cùng lịch sử, quốc tịch, phân bố địa lý hoặc đặc điểm thể chất (mầu, nét mặt, khổ người,v.v...). Trang 38

chưa được giác ngộ: "giác ngộ" là có kiến thức hoặc sự thật về linh hồn hoặc trí tuệ; không bị ngu dốt, thành kiến và mê tín. Trang 93

chững lại: ngừng lại giữa chừng một cách đột ngột. Trang 164

chứng hưng cảm: tình trạng rối loạn tâm trí dữ dội hoặc rất mạnh; đặc biệt là trạng thái có đặc điểm chung là dễ bị kích động tới mức không bình thường, các cảm giác quá cường điệu về sức khỏe, hoạt động hoặc nói nhiều thái quá, v.v... Trang 96

"có": sở hữu, chiếm hữu, có khả năng chi phối, bố trí, đảm trách các vật thể, các loại năng lượng hoặc những khoảng không gian. Định nghĩa cơ bản của "có" là "có khả năng chạm vào, thấm nhuần hoặc điều khiển việc sắp xếp. Trang 154

có khả năng gây ấn tượng: có khả năng gây ảnh hưởng rõ rệt đối với tâm trí hoặc cảm xúc. Trang 70

có khoa học: có hệ thống, có phương pháp, triệt để, chính xác; theo cách của một ngành khoa học. Trang 39

con mắt bàng quan: "bàng quan" ở đây có nghĩa là không bị ảnh hưởng của sự liên quan về cảm xúc hoặc bất kỳ hình thức thành kiến nào. "Con mắt" ở đây nghĩa là quan điểm hoặc cách nghĩ. Cũng theo nghĩa đó, cụm từ này dùng để nói "con mắt bàng quan" là quan điểm không thiên vị hoặc không bị liên quan. Trang 53

Con người: giống hoặc loài người, nhân loại. Trang viii

cô đặc lại: đặc hoặc kết chặt hơn; nói về vùng hoặc khối lượng bị nén lại. Trang 47

công kích: lớn tiếng chỉ trích chống lại; thể hiện sự phản đối kịch liệt. Trang 121

công trình mở đường: cái xảy ra trước sự xuất hiện hoặc phát triển của ai/cái gì đó khác; nghĩa đen là người đi trước để thông báo có ai/cái gì đó đang đến sau. Trang 5

cột giường: cột thẳng đứng ở góc giường, đôi khi đủ cao để đỡ chiếc màn (vật trùm lên giường giống như mái che). Trang 122

cơ chế kiểm soát: biện pháp hoặc hệ thống nhằm hạn chế, quản lý hoặc chi phối những người khác. Trang 151

cung cấp: đưa ra; trang bị. Trang 116

cuộc cách mạng Pháp: cuộc khởi nghĩa ở Pháp từ năm 1789 đến 1799 đã lật đổ gia đình hoàng tộc, tầng lớp quý tộc và chế độ đặc quyền mà họ đang tận hưởng. Cuộc cách mạng này một phần là sự phản kháng chống lại nền quân chủ chuyên chế của Pháp, giới quý tộc thủ cựu và vô dụng, và do đó các tầng lớp trung lưu bị thiếu tự do. Trong cuộc cách mạng này 300.000 người bị bắt giữ và 17.000 bị chém đầu bằng máy chém. Trang 57

Cuộc chiến tranh cuối cùng của tất cả mọi người: nói tới sự hủy diệt hoàn toàn tiềm tàng đối với sự sống trên trái đất, chẳng hạn như sự hủy diệt do hậu quả của việc sử dụng bom nguyên tử và bom Hydrô. Trang 1

cuồng tín: sự hăng hái hoặc niềm tin thái quá và thường là không có lý trí đối với chủ đề nào đó. Trang 96

cứng cáp: mạnh mẽ; vững chắc. Trang 69

cưỡng ép: buộc phải làm hoặc buộc không làm gì dẫn đến hậu quả là căng thẳng, bắt buộc hoặc đe dọa. Trang 70

cướp: hành động của kẻ chiếm đoạt của người đi đường, trong rừng núi, thường với tư cách là thành viên của băng nhóm lông bông. Trang 57

dải thời gian: độ dài và rộng của sự tồn tại bằng thời gian. Trang 77

dễ bị: có thể bị một điều cụ thể nào đó tác động, ảnh hưởng hoặc kiểm soát. Trang 67

dễ nhận thấy: 1. rõ ràng đối với các giác quan, đặc biệt là thị giác hoặc đối với tâm trí; hiển nhiên; rành rành. Trang 67

2. đủ để dễ dàng nhận thức hoặc ước lượng. Trang 163

diễn ra: xúc tiến hoặc tham gia vào. Trang 90

dòng thời gian: thuộc về hoặc liên quan đến thời gian được coi là một dòng tiến trình liên tục. Trang 153

dung môi: cái giải quyết hoặc làm ổn định; cái có khả năng làm cho biến mất hoặc tan biến những điều như các vấn đề, tình huống hoặc tương tự như vậy. Trang 47

dung thứ: tha thứ, thứ lỗi, bỏ qua hoặc chấp nhận một tội nào đó, thường là trọng tội mà không phản kháng hoặc phàn nàn. Trang 74

dùng: áp dụng (một thứ) cho mục đích xác định nào đó; sử dụng như một phương tiện để đạt được cái gì đó. Trang 163

dụng cụ: công cụ và thiết bị dùng để thực hiện bất cứ công việc; những thứ dùng để thực hiện bất cứ hoạt động nào. Trang 95

duy vật biện chứng: Học thuyết được công nhận là triết lý chính thức của chủ nghĩa cộng sản, dựa trên các tác phẩm của nhà cách mạng Đức Các Mác (1818 – 1883). Học thuyết này khẳng định rằng thế giới vật chất có hiện thực độc lập với tâm trí hoặc linh hồn và các tư tưởng chỉ có thể nảy sinh từ những điều kiện vật chất. Mác quả quyết rằng mọi thứ đều là vật chất kể cả nền văn hóa của con người. Ông tuyên bố rằng mọi vật đương nhiên có các mặt hoặc khía cạnh trái ngược, mà tình trạng căng thẳng hoặc mâu thuẫn của những điều trái ngược đó tạo nên "cuộc vật lộn của những yếu tố đối lập" và đây là lực thúc đẩy sự thay đổi, rồi cuối cùng biến đổi hoặc làm tan biến những yếu tố này. Trang 6

dựa trên thực tế: nơi sự việc có thật; có liên quan đến những điều có thật của vấn đề. Trang 160

dưới: đặt trực tiếp ở vị trí thấp hơn một cái gì đó và đỡ nó. Cũng theo nghĩa đó, từ này dùng để nói tới cơ sở để điều gì đó dựa vào, làm nền tảng và hỗ trợ cho điều đó. Trang 87

dường như là: có vẻ như là; tạo ra ấn tượng của. Trang viii

đại: rõ ràng là chỉ có vậy; rành rành; triệt để; hoàn toàn. Trang 95

đại đội: đơn vị quân đội có 80 hay 200 quân lính do một đại úy chỉ huy. Trang 56

đại học Leipzig: trường đại học Đức thành lập năm 1409 tại thành phố Leipzig ở trung đông nước Đức nơi Wilhelm Wundt (nhà tâm lý học người Đức) đã phát triển môn tâm lý học hiện đại. Trang 5

đánh giá: 1. nhận định hoặc tính toán liên quan đến giá trị, khối lượng, thời gian, kích thước,... của cái gì đó. Trang 68
2. kết luận thay cho hoặc bảo người tiền Clear bị vấn đề gì, hoặc bảo người tiền Clear nên suy nghĩ về trường hợp của mình như thế nào. Trang 115

đào xới lên: lấy ra khỏi lòng đất bằng cách đào. Dùng theo nghĩa bóng là tìm thấy, có được, tìm ra. Trang 124

đáp lại: nói hoặc làm điều gì đó để báo cho một người khác biết lời nói hoặc hành động của người ấy đã được lưu ý, hiểu và tiếp nhận. Trang 148

đặt thành định đề: suy xét, nói một điều và làm cho điều đó thành sự thật. Trang 23

đặt vào: đặt, để hoặc cho vào; đặt vào vị trí (bên trong một cái gì đó). Trang 69

đẩy đến chỗ... nhanh hơn: làm cho một việc xảy ra nhanh hoặc sớm hơn bình thường. Trang 74

đề cao: làm cho quan trọng; làm tăng sức mạnh, vị thế hoặc sự giàu có. Trang 133

đều: tất cả các cạnh bằng nhau. Trang 47

đi mà tìm hiểu lấy: thay vì sao chép, nói hoặc làm điều mà người khác đã nói hoặc làm rồi, hãy tìm hiểu ý tưởng, hành động hoặc lời nói ban đầu của bản thân. Trang 95

đi xuống: di chuyển từ một nơi cao hơn tới một nơi thấp hơn; đến hoặc đi về phía dưới. Trang 48

điểm neo: điểm được giữ trong một khoảng không khác với không gian vũ trụ vật chất xung quanh cơ thể. Trang 73

điện trường: vùng, khối hoặc không gian nơi tồn tại ảnh hưởng, lực,... cụ thể, đo được về điện. Trang 73

điều kiện: hoàn cảnh, chất lượng. Trang 121

điều kiện cần thiết: điều đòi hỏi hoặc cần thiết. Trang 155

điều kiện "không có cuộc chơi": điều kiện "không có cuộc chơi" (và điều kiện có cuộc chơi) được miêu tả đầy đủ trong chương "Các điều kiện có cuộc chơi và "không có cuộc chơi"". Trang 95

định đề: suy nghĩ chủ động. Đó là hành động suy xét, nói một điều và làm cho điều đó thành sự thật. Trang 60

đói: có, phản ánh hoặc có đặc điểm mong muốn hoặc khao khát cháy bỏng; vô cùng mong mỏi, như trong từ "đói chú ý", nghĩa là khao khát hoặc thiết tha mong muốn có sự chú ý. Trang 123

độ chín muồi: sự đạt được bất cứ điều gì mong muốn; sự hoàn tất. Trang viii

độc đoán: không sẵn lòng thay đổi những quan điểm được giữ vững; ủng hộ mà không thắc mắc việc chấp nhận quan điểm của "chuyên gia", trái với chấp nhận dựa trên những sự thật có thể quan sát được. Trang 15

đồng tâm: có chung tâm điểm, như các vòng tròn, cái nọ nằm trong cái kia. Trang 39

đột biến: sự thay đổi đột ngột trong vật chất di truyền (liên quan đến các đặc điểm hoặc những nét đặc trưng truyền từ thế hệ này sang thế hệ khác thông qua sinh sản) từ tế bào mẹ mang lại kết quả là một đặc điểm mới hoặc một nét đặc trưng mới trong sinh vật, khác với sự biến đổi do các thế hệ biến đổi dần dần. Trang 76

đưa ra: biểu thị hoặc bày tỏ điều gì; trình bày điều gì. Trang 37

đưa vào: hành động cho cái gì đó vào giữa. Trang 117

đường cong: biểu diễn bằng đồ thị những biến đổi diễn ra ở ai/cái gì do thay đổi điều kiện, thường vẽ bằng đường cong. Trang 78

ghi lại: thu lại hoặc tạo ấn tượng, chẳng hạn như trong tâm trí. Trang 70

giam chân: ở bên trong một cái gì đó; bị tắc bên trong một cái gì đó. Trang 88

gian khổ: đòi hỏi phải cố gắng rất lớn, nhiều năng lượng, v.v... Trang 69

giao tiếp "hai chiều": chu trình "hai chiều" của giao tiếp. Ví dụ: Joe, đã đưa ra lời giao tiếp với Bill và đã nói xong lời giao tiếp đó, khi ấy có thể chờ cho Bill đưa ra lời giao tiếp với Joe, như thế là hoàn thành phần còn lại của chu kỳ "hai chiều" của giao tiếp. Trang 115

giáo lý: nguyên tắc, học thuyết, niềm tin,... đặc biệt là những điều được các thành viên của một nhóm, một ngành nghề hoặc phong trào cho là đúng. Trang 77

gièm pha: dùng từ ngữ xúc phạm hoặc những câu nói sai và có ý làm hại; nói xấu; dùng lời lẽ khiếm nhã. Trang 23

gánh vác: tự đảm nhận. Trang 92

gần kề: sắp hoặc gần về mặt thời gian. Còn có nghĩa là sát, ngay cạnh. Trang 2

gây mất uy tín: phát biểu ý kiến đánh giá thấp về điều gì đó; hành động gây tai tiếng cho ai hoặc cái gì. Trang 116

gây tác động: tiếp xúc với; có ảnh hưởng hoặc ấn tượng đối với ai/cái gì. Trang 72

giả: không thật hoặc không chính cống. Trang 59

giả định: điều được chấp nhận là sự thật. Trang 86

giả vờ: có vẻ bề ngoài không thật. Trang 77

giải phẫu: thuộc về hoặc liên quan tới nghiên cứu hoặc thực hành khoa giải phẫu (bộ môn khoa học về cấu trúc cơ thể). Trang 73

giải quyết: có liên quan đến, chiếm lĩnh hoặc liên quan đến (một chủ đề); xử lý. Trang 5

giếng cái giống như "giếng", là chỗ tích trữ sâu, từ đó ta có thể lấy ra. Trang 2

gói gọn: nghĩa đen là bó trong cùng một bó, nghĩa là liên quan hoặc liên kết đến mức không thể tách rời. Trang 127

gọi nhập ngũ: chọn hoặc lấy cho nghĩa vụ quân sự theo yêu cầu bằng cách rút từ một nhóm. Trang 60

hạ bớt: giảm bớt hoặc làm giảm (dần dần hoặc từ từ). Trang 156

hàng hóa: cái hữu hình và có thật, giống như nguyên liệu thô hoặc các sản phẩm nông nghiệp đầu tiên có thể mua hoặc bán. Trang 54

hành động: tình trạng hoặc trạng thái của việc thực hiện, vận dụng năng lượng hay sức mạnh; làm. Trang 71

hạt nhân phân hạch: sự vỡ ra (phân hạch) của hạt nhân (nhân) của nguyên tử thành các mảnh nhỏ, kèm theo hiện tượng phóng năng lượng vô cùng lớn – đó là nguyên lý của bom nguyên tử. Trang viii

hay: có khuynh hướng; khiến cho có thiên hướng; có khả năng. Trang 88

hay bị: có khả năng hoặc có thể bị điều gì đó, làm hoặc trải nghiệm điều gì, điển hình là điều đáng tiếc không được hoan nghênh. Trang 79

hệ phương pháp: các phương pháp hoặc nguyên tắc tổ chức làm nền tảng cho một bộ môn nghệ thuật, một ngành khoa học cụ thể nào đó hoặc một lĩnh vực nghiên cứu khác. Trang 114

hệ quả: ảnh hưởng, hậu quả hoặc kết quả. Trang 152

hệ tư tưởng: các học thuyết, quan điểm hoặc cách suy nghĩ của một cá nhân, một tầng lớp, v.v...; cụ thể là nhiều tư tưởng làm cơ sở cho một hệ thống chính trị, kinh tế hoặc xã hội cụ thể nào đó. Trang 1

hết: kết thúc; không còn nữa; chấm dứt. Dùng ở cuối sách và phim. Trang v

hết sức tai hại: miêu tả các trạng thái, hoàn cảnh hoặc các sự việc đã xảy ra dẫn đến hoặc chắc chắn dẫn đến rủi ro hoặc thất bại. Trang 159

hiện tượng: những điều xuất hiện, nhận thức hoặc quan sát được; những sự thật, sự kiện hoặc sự thay đổi độc đáo nhận thức được bằng bất kỳ giác quan nào hoặc bằng tâm trí; áp dụng chủ yếu đối với một sự thật hoặc sự kiện mà nguyên nhân hoặc sự lý giải cho sự thật hoặc sự kiện đó là do quan sát hoặc được miêu tả có khoa học. Trang 68

Hitler: Adolf Hitler (1889 – 1945), lãnh tụ chính trị Đức vào thế kỷ 20, người đã mơ ước tạo nên chủng tộc bá chủ thống trị một ngàn năm với tư cách là đế chế Đức thứ ba. Dùng vũ lực để lên nắm quyền cai trị Đức vào năm 1933, Hitler bắt đầu cuộc chiến tranh thế giới thứ hai (1939 – 1945), chinh phục phần lớn châu Âu và đặt châu Âu dưới quyền thống trị của mình, tàn sát hàng triệu người Do Thái và những người khác bị cho là "hạ đẳng". Hitler tự sát vào năm 1945 khi sự thất bại của Đức gần kề. Trang 95

hóa học: ngành khoa học liên quan đến việc nhận dạng các chất cấu thành vật chất, nghiên cứu các thuộc tính của các chất này và các cách chúng ảnh hưởng lẫn nhau, kết hợp và biến đổi, cũng như cách sử dụng của các quá trình để hình thành nên những chất mới. Trang vii

hóa sinh: thuộc về hoặc gắn liền với ngành khoa học xử lý các chất, các quá trình và phản ứng hóa học xảy ra trong các sinh vật sống. Trang 74

hoá trị: nhân cách, bản thân, thực thể tính bên ngoài có thêm; nhân dạng giả tạo được vô tình thừa nhận. Trang 87

học giả: những người có nhiều kiến thức về một ngành học cụ thể, đặc biệt là lĩnh vực văn học hoặc triết học; những người có liên quan đến nghiên cứu tiên tiến và có được kiến thức chi tiết trong lĩnh vực đặc biệt nào đó và là người tham gia vào việc phân tích cũng như diễn giải kiến thức loại đó. Trang 95

hô hào: 1. dành thời gian vào hoặc nấn ná (một việc nào đó) về mặt hành động hoặc suy nghĩ; vẫn dồn sự chú ý vào. Trang 58
2. tham gia vào bất kỳ bài phát biểu (hoặc bài viết) nào dài dòng, hùng hồn để dạy một bài học hoặc hướng dẫn theo kiểu hăm dọa. Trang 3

hôn mê: còn gọi là "hôn mê thôi miên", trạng thái do thôi miên gây ra, trong đó một người bị mê mẫn, choáng hoặc không có ý thức về môi trường và không có khả năng phản ứng. Trang 69

hôn mê thôi miên: trạng thái do thôi miên gây ra, trong đó một người bị mê mẫn, choáng hoặc không có ý thức về môi trường và không có khả năng phản ứng. Trang 69

hư không: Con người không có khả năng định nghĩa "hư không" mà không định nghĩa từ đó trong mối quan hệ với trạng thái có cái gì đó. Vì thế nó chỉ có giá trị tương đối. "Hư không" được định nghĩa là không có gì cả. Trang 23

hưng cảm: *xem* "chứng hưng cảm". Trang 96

John Jones: tên phổ biến của nam giới ở Mỹ. Trang 78

Kaiser Wilhelm: Kaiser Wilhelm đệ nhị (1859 – 1941), hoàng đế (Kaiser) cuối cùng của Đức, người theo đuổi chương trình có tính gây hấn nhằm mở rộng thương mại và thuộc địa và là người đã đưa nước Đức vào cuộc chiến tranh thế giới thứ nhất (1914 – 1918). Trang 95

kẻ điên loạn: người mất trí đến rồ dại hoặc tàn bạo; người điên dại; người rồ dại. Trang 126

kế tiếp: theo sau về mặt thứ tự; đến sau, đặc biệt là lần lượt ngay sau đó. Trang 163

khái lược: không chặt chẽ; rộng rãi. Trang 56

khao khát: rất muốn có điều gì đó, thường với cảm giác thất vọng vì khó khăn hoặc khả năng không thể làm trọn được ước muốn đó. Trang 55

khắc sâu: 1. gắn chặt, đưa vào hoặc ghi vào một cách chắc chắn như ghi vào tâm trí hoặc ý thức. Trang 70
2. gắn sâu vào trong tâm trí ai đó bằng lời nói lặp đi lặp lại; chỉ dẫn mãi. Trang 94

khéo léo: kỹ năng đạt được hoặc kỹ năng tự nhiên để thực hiện điều gì đó thành công. Trang 148

khép lại: làm giảm xuống khối lượng hoặc mức độ nhỏ hơn; làm giảm, làm ít đi. Trang 124

khế ước: thỏa thuận giữa hai hay nhiều người sẽ làm hoặc không làm điều gì được nêu cụ thể (đôi khi có ký kết và được thi hành theo pháp luật). Trang 87

khiến: gây cho (ai) trạng thái gì hoặc trở thành như thế nào; làm cho như thế nào. Trang 164

khinh thường: xem thường, ghét; coi là không xứng với bản thân. Trang 91

khó nhọc: nỗi đau hoặc nỗi khổ xuất phát từ tình trạng khó vượt qua được về tinh thần và thể xác. Trang 53

khoa chỉnh hình: một chuyên ngành của y học liên quan đến điều trị các dị tật, bệnh và chấn thương của xương, khớp, cơ, v.v… Trang 74

khoa học: 1. chính xác theo phương thức của một ngành khoa học chính xác. Trang 54

2. kiến thức; việc lĩnh hội hoặc hiểu về thực tế hoặc các nguyên lý đã được phân loại và làm cho có sẵn để dùng trong công việc, đời sống hoặc công cuộc tìm kiếm sự thật. Một ngành khoa học là thể kết nối những sự thật đã được chứng minh hoặc thực tế đã được quan sát tổ chức một cách có hệ thống và ràng buộc với nhau theo những quy luật chung. Khoa học bao gồm các phương pháp đáng tin cậy để khám phá sự thật mới trong phạm vi của nó và chỉ rõ ứng dụng của các phương pháp khoa học trong các ngành nghiên cứu mà trước đây được coi là chỉ mở ra cho các học thuyết dựa trên những tiêu chí chủ quan, liên quan đến lịch sử hoặc không chứng minh được và trừu tượng. Từ "khoa học", khi áp dụng cho Scientology, được dùng theo nghĩa này – ý nghĩa căn bản nhất và truyền thống của từ này – chứ không dùng theo nghĩa của các ngành khoa học tự nhiên hoặc khoa học vật chất. Trang 96

khoa học chính xác: ngành khoa học (chẳng hạn như toán học hoặc vật lý), trong đó các sự thật có thể quan sát được một cách chính xác và các kết quả có thể dự đoán được một cách chính xác. Trang vii

khoa lý sinh: ngành khoa học về các hiện tượng và vấn đề sinh học dùng các nguyên tắc và kỹ thuật của vật lý, ví dụ như những ảnh hưởng của phóng xạ đối với vật chất sống hoặc lý giải cho sự truyền xung lực thần kinh, co cơ, v.v... Trang 73

khoảng thời gian chậm giao tiếp: độ dài thời gian giữa việc đặt câu hỏi của auditor và *việc trả lời chính câu hỏi đó* của người tiền Clear. Trang 115

khối: các phần tử năng lượng hòa trộn, nén vào với nhau; vật chất. Trang 55

"không biết": không nhớ hoặc quên; quyết định là mình không biết. Người đang cố gắng vượt qua trạng thái đau đớn của tất cả những gì đã xảy ra với mình, là đang cố quên tất cả về điều đó cùng với mọi cái có liên quan đến nó và cố gạt bỏ điều đó ra khỏi tâm trí. Đó là ví dụ của "không biết". Trang 101

không chủ động: nói tới các phản ứng của các cơ không chủ động, những phản ứng thông thường không tiến hành do sự lựa chọn tỉnh táo của cá nhân, chẳng hạn các cơ của hệ thống tiêu hóa của các cơ. Trang 71

không chữa được: cần sửa chữa hoặc sửa cho đúng, như khi vật nào đó bị hỏng, bị mòn hoặc bị lỗi; ở tình trạng xấu. Trang 161

không còn mấy ảnh hưởng: trở nên kém mạnh mẽ hoặc ít có khả năng gây chấn động cảm xúc. Trang 89

không thể không: chỉ có thể. Trang 3

không thể thiếu: hoàn toàn cần thiết hoặc thiết yếu. Trang 74

khởi đầu: bắt đầu; gây ra (một quá trình hoặc hành động) để bắt đầu; đưa vào thực hành, sử dụng hoặc sáng tạo. Trang 79

khuấy động: gợi ra hoặc gây ra (bình luận, phản ứng, v.v...). Trang 153

khúc côn cầu trên ngựa: trò chơi trên lưng ngựa, có 2 đội, mỗi đội 4 người chơi. Những người này cố gắng làm cho quả bóng gỗ nhỏ lăn xuyên qua cầu môn của đối thủ. Trang 54

khuyên can: nói để không làm, không nghĩ, không tin hoặc không cảm thấy điều gì nữa. Trang 2

kích thích-phản ứng: một tác nhân kích thích nhất định (điều khích động người hay vật hoạt động, khích động năng lượng của người hay vật, hoặc cái gây nên phản ứng trong cơ thể) tự động gây ra phản ứng nhất định. Trang 68

kiên quyết: quyết định; định; quyết tâm. Trang 78

kiên quyết thúc đẩy: thúc giục hoặc nhất mực đòi; biểu thị một cách tha thiết. Trang 2

kiểm duyệt: đặt quyền lực hoặc kiểm soát lên hoặc đối với. Trang 68

kiếp sau: cuộc đời trong tương lai, thế giới sắp tới; cuộc đời hoặc sự tồn tại sau khi chết. Trang 66

kiểu chết êm ái: quyền giết những người bị coi là gánh nặng cho xã hội. Trang 74

kỳ quặc: 1. kỳ lạ; không giống những người khác, không phổ biến, không bình thường. Trang 69

2. hết sức không bình thường hoặc kỳ lạ; kỳ cục. Trang 72

"là" ai hay cái gì: kết quả của việc đã chấp nhận một nhân dạng. Trang 31

là nguyên nhân dẫn đến: mang lại; gây ra. Trang 73

là thứ cấp: ít quan trọng hơn hoặc có tầm quan trọng thứ yếu. Trang 128

làm: hành động, hoạt động, hoàn thành, đạt được mục tiêu, thỏa mãn mục đích hoặc bất kỳ sự thay đổi nào về vị trí trong không gian. Trang 31

làm cho: khiến điều gì xảy ra hoặc trở thành như thế nào. Trang 2

làm cho (ai) phân thân: đặt hoặc để ở vị trí bên ngoài hoặc ở ngoài một vật. Trang 70

làm mất giá trị: bác bỏ, hạ thấp, làm mất uy tín hoặc phủ nhận điều mà người khác coi là sự thật. Trang 26

làm quy trình: làm quy trình ứng dụng, luyện tập. Trang 7

làm rối loạn: làm xáo trộn trật tự hoặc sự sắp đặt; làm đảo lộn trạng thái bình thường hoặc chức năng. Trang 74

làm sáng tỏ: đưa trật tự vào. Trang 32

lần lượt: liên tiếp, cái này nối tiếp sau cái kia. Trang 39

lập dị: kỳ quặc hoặc khác thường; trệch hướng so với cái bình thường hoặc theo thông lệ, như trong cách cư xử hoặc cách ứng xử. Trang 69

lẽ phải: nhận định đúng đắn; lương tri. Trang 1

lèo lái: phần của con tàu chứa máy móc để lái; cũng theo nghĩa đó, từ này dùng để nói tới sự hướng dẫn hoặc chỉ huy. Trang 93

lĩnh vực: ngành hoặc phạm vi hoạt động hoặc quyền lực. Trang 73

lính trơn: người lính có cấp bậc thấp nhất. Trang 56

lò lửa: nghĩa bóng là nơi các lực tác động qua lại gây ra hoặc làm ảnh hưởng đến sự phát triển hay sự thay đổi. Nghĩa đen là công cụ (có thể khác nhau về kích thước từ dụng cụ nhỏ dùng cho phòng thí nghiệm để phân tích hóa học đến thiết bị công nghiệp rất lớn) dùng để nấu chảy hoặc nung nóng các loại kim loại hoặc các chất khác ở nhiệt độ rất cao. Trang 169

loài: nhân loại được xem như một tổng thể, như trong từ "loài người". Trang 2

loại bỏ ảnh hưởng (của ai/cái gì) thông qua quy trình ứng dụng: xóa; làm cạn kiệt ảnh hưởng tiêu cực của điều gì đó. Trang 125

lời khẳng định: lời tuyên bố tự tin và mạnh mẽ về sự thật hoặc niềm tin. Trang 53

lợi dụng: đối xử hoặc sử dụng ai/cái gì không công bằng, thường vì lợi ích cá nhân. Trang 2

lợi điểm: vị trí hoặc địa điểm mang lại tầm nhìn rộng hoặc viễn cảnh về điều gì. Trang 53

lớn tiếng: diễn đạt điều mong muốn hoặc sự không thỏa mãn một cách mãnh liệt (đôi khi ồn ào nữa). Trang 90

luồng: sự truyền năng lượng từ điểm này sang điểm khác. Trang 73

lưỡng phân: cặp gồm hai yếu tố đối lập; cộng và trừ; âm và dương. Trang 153

lướt: tìm trong đoạn văn bản một cách nhanh chóng hoặc có hệ thống để có được thông tin hoặc những điểm cụ thể. Trang 15

ma két: mẫu hoặc mô hình của một vật. Trang 67

man rợ: tình trạng thiếu văn minh hoặc trạng thái được đánh dấu bằng sự tàn nhẫn đến tàn bạo. Trang 94

màn hình đen: hình ảnh tối đen trong tâm trí ngăn cản ta nhìn thấy các hình ảnh khác. Trang 68

mang lại: 1. sinh ra hoặc cung cấp như một sản phẩm, kết quả hoặc hiệu quả. Trang 45
2. đưa đến; tạo ra như một kết quả. Trang 74

mang tính chính trị: thuộc về hoặc liên quan đến *chính trị*, ngành khoa học hoặc sách lược của chính quyền; quy định và công tác lãnh đạo quốc gia hoặc tiểu bang nhằm đảm bảo an ninh, hoà bình và sự thịnh vượng cho quốc gia hoặc tiểu bang đó. "Chính phủ" là cơ quan điều khiển của một quốc gia, tiểu bang hoặc của những người tiến hành chính sách, các hoạt động và công việc của quốc gia hoặc tiểu bang đó. Trang 1

mang tính trị liệu: có ảnh hưởng tốt; góp phần mang lại cảm giác khỏe mạnh; mang lại lợi ích. Trang 7

mất tín nhiệm: mất sự ủng hộ hoặc tôn trọng. Trang 77

mẫu số chung: yếu tố phổ biến với hoặc đặc trưng của một số người, vật, tình huống, v.v...; đặc trưng chung. Trang 45

mấu chốt: điểm trung tâm, điểm quan trọng nhất hoặc chủ đề của cái gì đó. Trang 68

mắc lỗi: mắc sai lầm, bị sai. Trang 123

mặt: 1. bất kỳ một phần nào của nhiều phần hoặc phương diện của điều gì; khía cạnh cụ thể của một điều nào đó. Trang 39
2. bản chất, phẩm chất, tính cách. Trang 153

miễn cưỡng: không muốn làm nhưng bị buộc phải làm. Trang 88

mô tả: miêu tả hoặc phác họa. Trang 114

môn tiêu khiển: một hình thức vui chơi cụ thể (như giải trí, trò chơi hoặc thể thao). Trang 54

một thôi một hồi không dứt ra được: theo cách gắn liền với hoặc tương tự với sự ám ảnh (do ý tưởng, hình ảnh, mong muốn dai dẳng, v.v... chi phối những ý nghĩ hoặc cảm giác). Trang 148

mù quáng: theo cách thể hiện rằng không có nỗ lực độc đáo hoặc độc lập nào về tư duy; phụ thuộc một cách mê muội vào người khác; quá vâng lời như một nô lệ. Trang 95

mưu tính: sắp xếp việc gì trước (đôi khi theo cách bí mật). Trang 60

Napoleon: Napoleon Bonaparte (1769 – 1821), nhà chỉ huy quân sự người Pháp. Ông lên nắm quyền tại Pháp bằng sức mạnh quân sự, tự xưng là hoàng đế và mở các chiến dịch xâm chiếm khắp châu Âu cho đến khi bị đánh bại bởi liên quân chống lại ông vào năm 1815. Nửa triệu người đã chết trong các cuộc chiến tranh của Napoleon từ 1799 đến 1815. Trang 95

nảy sinh: theo sau như là hậu quả hoặc kết quả. Trang 126

nắm: nắm và giữ bằng cách siết chặt các ngón tay hoặc ôm chặt bằng cánh tay. Cũng theo theo cách diễn đạt đó, từ này có nghĩa là hiểu thấu về mặt trí tuệ; nắm bắt chắc chắn một ý tưởng; lĩnh hội. Trang 147

nét chính: miêu tả chung bao trùm các điểm chính của cái gì đó như một chủ đề chẳng hạn. Trang 56

ngành khoa học nhân văn: ngành học liên quan đến tư duy và quan hệ con người, khác với các ngành khoa học; đặc biệt là văn học, triết học, lịch sử, v.v... (Ban đầu, từ "ngành khoa học nhân văn" dùng để nói tới ngành giáo dục giúp con người có khả năng tự do suy nghĩ và đánh giá cho bản thân mình, trái với nghiên cứu hạn hẹp về các kỹ năng kỹ thuật). Trang vii

ngành kỹ thuật: ngành khoa học và công nghệ liên quan tới thiết kế, xây dựng và sử dụng động cơ, máy móc và kết cấu. Trang 15

ngày hôm qua: thời gian trong quá khứ, đôi khi là quá khứ gần. Trang 2

ngăn cản: can ngăn hoặc ngăn trở không cho hành động hoặc tiếp tục làm gì. Trang 116

ngấm ngầm: ẩn giấu; không làm công khai, không tham gia công khai, v.v… Trang 46

nghịch đảo: đảo ngược về vị trí, thứ tự hoặc mối quan hệ từ cái được xem là bình thường hay thông thường. Trang 66

nghiêm khắc: cứng rắn, nghiệt ngã hoặc gay gắt về thái độ hoặc tính cách. Trang 126

ngoài: ở vị trí phía ngoài. Trang 53

ngoài trời: trái với ở trong nhà. Trang 114

ngoại sáng tạo: sáng tạo chống lại quá triệt để. Trang 80

ngọn lửa: lòng say mê hoặc cảm giác cháy bỏng, đặc biệt là cảm giác giận dữ, ghét, yêu hoặc thích. Trang 1

nguồn cung cấp: người cấp, cung cấp hoặc trang bị. Trang 123

nguồn trợ giúp: quay sang ai/cái gì để xin được giúp đỡ. Trang 72

nguy ngập: khó mà chịu được hoặc chịu đựng được; khắc nghiệt, đau khổ, đau đớn. Trang 69

nguyên thuỷ: liên quan đến một nhóm hoặc các thành viên của nhóm đó có nền văn hóa (mặc dù là cách ly) vẫn giữ nguyên ở mức độ đơn giản cơ bản về tổ chức xã hội và kinh tế. Trang 95

nguyên văn: hiểu mọi điều hoặc hành động một cách đúng, chính xác mà không cần có sự đánh giá. Trang 69

ngữ cảnh: từ ngữ hoặc đoạn văn ghi trước hoặc sau một từ cụ thể giúp giải thích hoặc xác định nghĩa đầy đủ của từ đó; ý nghĩa tổng quát của một từ hoặc phần làm rõ từ đó. Trang 45

ngừng: dừng tạm thời hoặc dừng hoàn toàn; không tiếp tục nữa. Trang 77

người: con người mà không nói về giới tính hay độ tuổi. Trang 58

người làm rung chuyển thế giới: người tạo ra những tác động có ý nghĩa hoặc ảnh hưởng lớn, đủ để tác động tới thế giới. Trang 95

người mơ tưởng hão huyền: người mơ mộng; người có ý tưởng, kế hoạch,... không thực tế hoặc quá dị thường. Trang 54

người theo chủ nghĩa Mác: người ủng hộ các học thuyết của nhà cách mạng người Đức Các Mác (1818 – 1883). Các tác phẩm của Các Mác là cơ sở cho chủ nghĩa cộng sản thế kỷ 20. Ông khẳng định rằng mọi thứ, tư duy, tư tưởng và văn hóa nhân loại, đều là vật chất. Trang 5

người tiền Clear: người đang tiếp nhận auditing. Trang 89

nhà cách mạng: người ủng hộ, làm việc cho hoặc tham gia vào cách mạng, tham gia vào hoạt động lật đổ hoặc loại bỏ và thay thế toàn bộ chính quyền hoặc hệ thống chính trị đã được thiết lập, thường do những người bị cai trị thực hiện. Trang 1

nhà duy linh: người tin vào thuyết duy linh, học thuyết hoặc niềm tin rằng các linh hồn của người chết có thể giao tiếp và giao tiếp được với người sống, đặc biệt là thông qua một người khác gọi là đồng cốt. Trang 66

nhà hoạt động tiến bộ: người tin vào khả năng thực hiện được tiến bộ xã hội bằng các phương pháp hoà bình. Trang 1

nhà quý tộc: người sinh ra ở tầng lớp cao quý có địa vị chính trị, xã hội đặc biệt trong một quốc gia. Trang 57

nhấn chìm: lấn át hoặc làm cho biến mất như thể bị ngập trong nước. Trang 124

nhìn chung: nói chung; xét tổng thể. Trang 123

nhìn ngắm: giữ trong tầm nhìn; nhìn vào hoặc quan sát. Trang 22

nhụt đi: làm yếu đi hoặc làm sút kém về lực; làm cho kém hiệu quả. Trang 79

như một quy luật chung: bình thường; thông thường. Trang 91

nhược điểm: lỗi, những điểm không đáp ứng tiêu chuẩn cụ thể, điển hình là tính cách hoặc hành vi của một người. Trang 40

nói chung: như một tổng thể; nhìn chung. Trang 80

nỗi thất vọng: hoàn toàn mất hy vọng về một việc hoặc hành động nào đó; cảm giác tiêu tan hy vọng. Trang 126

nửa đêm: Giờ cuối cùng hoặc thời gian tối nhất. Trang 2

ở mức độ này: theo cách này hoặc theo phương thức này. Trang 57

ở đó: ở chỗ đó. Trang 123

para-: chạy dọc theo; song song, giống như hoặc tương tự. Trang 76

phá hủy: (trên phương diện hành động) sự sáng tạo ra điều này chống lại sự sáng tạo ra điều kia. Trang 22

phải thế: ở trong trạng thái hoặc tình trạng vừa đề cập đến. Trang 22

phản: 1. hành động đối lập; nằm theo hướng hoặc có khuynh hướng ngược lại; có khuynh hướng ngược lại, có ảnh hưởng ngược lại. Trang 23 2. đặt đối lập với. Trang 58

phản xã hội: thù địch hoặc phá vỡ trật tự xã hội đã đã được thiết lập; có hành vi có hại cho an sinh của mọi người nói chung. Trang 2

phân tâm học: hệ thống trị liệu tâm thần do Sigmund Freud (1856 – 1939) phát triển ở Áo vào năm 1894, theo đó bệnh nhân bị buộc phải nói và hồi tưởng (hàng năm trời) về những sự việc đã xảy ra từ thời thơ ấu mà Freud tin rằng đó là nguyên nhân gây ra các bệnh tâm thần. Trang 113

phân thân: "phân thân" được giải thích trong chương "Các phần của Con người", phần "Linh hồn". Trang 67

phân tích cấu trúc của Gray: cuốn sách chuẩn về cấu trúc cơ thể do nhà giải phẫu người Anh Henry Gray biên soạn và xuất bản lần đầu vào năm 1858. Trang 73

phi lý: trái với với tự nhiên, lẽ phải hoặc lý lẽ thông thường đến mức tức cười; vô lý; buồn cười. Trang 90

phóng xạ: dùng để miêu tả chất phóng ra năng lượng có hại dưới dạng các tia gồm những phần tử cực nhỏ do sự phân rã (phân nhỏ) của các nguyên tử trong chất đó. Năng lượng này có thể gây thiệt hại hoặc gây tử vong đối với sức khoẻ của những người bị nhiễm. Trang 2

phô trương: chưng ra, bày ra cho người khác thấy. Trang 123

phổ biến: thường xuyên nhất về số lượng; thông thường. Trang 77

phương Đông: dùng để nói tới phần phía nam và phía đông của Châu Á, bao gồm Ấn Độ, Trung Quốc và Nhật Bản. Trang 169

phương hướng: chuỗi hoặc loạt hành động cụ thể mà ai đó thực hiện nhằm đạt được điều gì đó; cách thức hành động. Trang 69

phương thuốc giải độc: cái ngăn cản hoặc làm mất tác dụng của những ảnh hưởng có hại hoặc không mong muốn. Trang 128

quá thiển cận: trong tình trạng hoặc trạng thái khi điều gì đó được kiểm tra, điều tra hoặc xem xét từ một vị trí cụ thể nào đó mà vị trí này quá gần hoặc không đủ cách xa người quan sát. Cũng theo nghĩa đó, cụm từ "quá thiển cận" có nghĩa là làm quy trình hoặc làm quy trình ứng dụng cho một người nào đó khi sự chú ý của người đó quá gần với nơi người đó đang ở không đủ xa ra phía ngoài để giúp cho người đó có cái nhìn *xa hơn*. Trang 162

quần chúng: những người bình thường của quốc gia, phân biệt với các tầng lớp cao hơn. Trang 57

quy trình: bước ứng dụng mang lại những thay đổi để có trí thông minh, hành vi và năng lực chung tốt hơn. Các quy trình tốt nhất là tiến hành trong một số ít ngày liên tiếp, chẳng hạn như 25 giờ trong 1 tuần. Trang 6

quy trình ứng dụng: người tiền Clear thực hiện bước ứng dụng bằng lời, dùng các quy trình Scientology chính xác. Còn gọi là "auditing". Trang 7

quỹ tài trợ nghiên cứu: tổ chức được tài trợ nhờ quyên góp hoặc tài sản kế thừa (tiền hoặc tài sản để lại bằng di chúc) để hỗ trợ hoạt động nghiên cứu, giáo dục, nghệ thuật, v.v... Trang vii

rào cản: khoảng không, chuyển động năng lượng hoặc chướng ngại vật. Trang 54

rõ ràng: dễ thấy; đơn giản; hiển nhiên. Trang 90

rối loạn: xáo trộn về chức năng của tâm trí. Trang 65

sa lầy: rơi vào tình thế khó khăn, khó thoát ra được, khó tháo gỡ. Trang 164

sa thải: cho nghỉ việc hoặc đuổi việc. Trang 26

sai khiến: quyết định hoặc ra lệnh việc gì sẽ được tiến hành. Trang 69

Saint Thomas Aquinas: (1225 – 1274) nhà triết học và học giả về tôn giáo người Ý, người quả quyết rằng lý trí và niềm tin hoàn toàn tương hợp và bổ sung cho nhau, rằng tôn giáo là ngành khoa học tối thượng. Ông tuyên bố rằng con người bao gồm phần hồn và phần xác, rằng phần hồn tồn tại sau khi chết. Trang 5

sản khoa: một chuyên ngành của y học liên quan đến sinh sản và chăm sóc, điều trị phụ nữ trong sinh sảnh hoặc liên quan tới sinh sản. Trang 74

sàng lọc: đưa đến đỉnh cao; hoàn thành. Trang vii

sánh ngang: có khả năng bị so sánh, có những đặc điểm chung với một cái gì đó khác cho phép hoặc gợi ra sự so sánh. Trang 157

sắc thái: mức độ cảm xúc của một người. Trang 46

sân chơi (của cuộc sống): khu vực hoặc không gian nơi các hoạt động của cuộc sống diễn ra (chơi), giống như sân chơi – một khu đất được định ra làm địa điểm cho các cá nhân hoặc các đội thi đấu (chơi) với nhau. Trang 88

sôi nổi: hăng; một cách đầy khích động. Trang 162

sơ đẳng: tồn tại ở mức đơn giản nhất hoặc cơ bản. Trang 89

sờ sờ ra: dễ dàng nhận thấy bằng tâm trí hoặc một trong các giác quan như là gần như có khả năng cảm thấy bằng cách sờ mó được. Trang 54

sùng bái: cực kỳ hết lòng hoặc hết lòng thái quá đối với ý tưởng hoặc điều nào đó, đặc biệt là sự hết lòng được coi là trái với thông lệ và kỳ quặc hoặc nhất thời. Trang 66

suy đoán: hình thành quan điểm về điều đã xảy ra hoặc có thể sẽ xảy ra mà không biết toàn bộ sự thật. Trang 76

sự kích động: tình trạng bị xáo trộn của tâm trí thường thể hiện qua trạng thái phấn khích hoặc bồn chồn của cơ thể. Trang 158

sự lầm tưởng: ý tưởng không đúng hoặc sai lầm. Trang 162

sự lệch lạc: sự rối loạn tâm trí, sự trệch hướng khỏi suy nghĩ hoặc cách cư xử có lý trí; không sáng suốt. Toàn bộ nguyên nhân của sự lệch lạc chứa đựng trong khám phá về *tâm trí phản ứng* mà trước đây chưa được biết đến. Toàn bộ phân tích cấu trúc của *tâm trí phản ứng* và cách loại trừ tận gốc những ảnh hưởng có hại của nó (là những yếu tố gây ra tình trạng lệch lạc) đều được bao hàm trong cuốn *"Dianetics: Ngành khoa học hiện đại về sức khỏe tâm trí"*.

sự thôi thúc: điều thúc đẩy, điều thúc giục. Trang 37

tác nhân kích thích: tác nhân kích thích là bất kỳ hành động hoặc tác nhân nào gây ra hoặc thay đổi hoạt động trong sinh vật, một bộ phận hoặc một phần, như điều gì đó làm khởi đầu xung lực thần kinh, làm cho cơ bắp hoạt động, v.v… Trang 68

tách: làm rời ra. Trang 66

tài lãnh đạo: nghệ thuật quản lý hoặc nghệ thuật chỉ đạo những công việc của nhà nước. Trang 2

tài tử: liên quan đến việc chọn tham gia một môn nghệ thuật hoặc một môn học chỉ để tiêu khiển, nhất là theo cách hời hợt. Từ này dùng để nói về người bản thân tham gia vào một môn nghệ thuật hoặc một môn khoa học chỉ như hoạt động nghiệp dư mà không có mục đích nghiêm túc hoặc không học nghiêm chỉnh. Trang 2

tái kích thích: hoạt động của cái gì đó đang được tái kích hoạt; kích thích lại. "Tái" có nghĩa là lại lần nữa, còn "kích thích" có nghĩa là đưa vào hành động hoặc hoạt động. Trang 70

tàn ác: có đặc điểm có sức phá hủy hết sức lớn; tấn công tàn bạo. Trang 3

tàn nhẫn: không trở nên yếu đuối hoặc không trở nên dễ dãi; không có lòng nhân từ hoặc lòng thương. Trang 126

tạo hóa: nguồn gốc hay sự xúi bẩy hành động, trạng thái, v.v...; cụ thể là sinh thể hoặc hành động đã đưa vũ trụ vào tồn tại. Trang 76

tâm lý học giả mạo: tâm lý học không thật (giả mạo), nói tới ngành tâm lý học hiện đại do nhà tâm lý học người Đức Wilhelm Wundt (1832 – 1920) sáng lập, là bộ môn biến đổi của bộ môn vốn nghiên cứu về tâm lý hoặc hồn. Trang 6

tâm thể: "tâm" nói tới tâm trí và "thể" nói tới cơ thể; thuật ngữ "tâm thể" có nghĩa là tâm trí làm cho cơ thể bị bệnh hoặc các bệnh do tâm trí gây ra về mặt thể xác bên trong cơ thể. Phần miêu tả nguyên nhân và nguồn gốc các bệnh tâm thể có trong cuốn *"Dianetics: Ngành khoa học hiện đại về sức khỏe tâm trí"*. Trang 7

tâm trạng: thái độ hoặc tính khí về mặt tâm trí hoặc cảm xúc tại một thời điểm cụ thể; trạng thái tinh thần. Trang 126

tầm mức: kích thước, khối lượng, tầm quan trọng, mức độ hoặc ảnh hưởng tương đối. Trang 157

tê mê: chậm chạp hoặc lẫn lộn về mặt tâm trí; tình trạng lơ mơ. Trang 164

tế bào thần kinh: tế bào truyền các xung lực thần kinh và là đơn vị chức năng cơ bản của hệ thống thần kinh; còn gọi là nơron. Trang 71

tệ hại: gây ra bất hạnh hoặc tác hại; điều vô cùng xấu xa. Trang 54

thái quá: tới mức độ rất lớn hoặc tới mức quá đáng. Trang 147

thành phần cấu tạo: cách mà toàn bộ một vật được tạo ra, đặc biệt là cách mà các phần khác nhau của vật đó kết hợp hoặc có liên quan với nhau. Trang 47

tham gia: có liên quan như một thành viên hoặc một người góp phần vào việc gì đó. Trang 24

tham gia (vào mọi việc): trở nên bận rộn với việc gì đó, quan tâm, liên quan đến hoặc bị cuốn hút vào (việc gì). Trang 60

tham vọng: mục tiêu hoặc đích phấn đấu. Trang 6

Thang sắc thái: thang độ của các sắc thái cảm xúc cho thấy các mức độ của hành vi con người. Một phần các sắc thái này (xếp từ cao nhất xuống thấp nhất) gồm: thanh thản, nhiệt tình, bảo thủ, buồn tẻ, phản kháng, tức giận, thù địch ngấm ngầm, sợ hãi, đau buồn và vô cảm. Trang 46

Thành Cát Tư Hãn: (1162? – 1227) người Mông Cổ, người đi xâm chiếm và là người đã lập nên đế chế có lãnh thổ lớn nhất trong lịch sử, quân đội của ông, nổi tiếng bởi những nỗi kinh hoàng mà họ đã gây ra, đã xâm chiếm nhiều vùng lãnh thổ và tàn sát toàn bộ dân cư của nhiều thành phố. Trang 95

thâm nhập: vào hoặc lọt vào. Câu *"Scientology không thâm nhập động lực Thứ tám"* nói tới thực tế rằng chỉ khi nào cá nhân đã đạt đến động lực Thứ bảy (linh hồn) hoàn toàn thì cá nhân mới khám phá ra động lực Thứ tám (Thượng đế) thực sự. Trang 76

thấm nhuần: xuyên qua, truyền vào bên trong hoặc truyền đi khắp mọi phần của cái gì đó. Trang 32

thẫn thờ: thiếu năng lượng, thiếu hoạt động hoặc thiếu nhiệt tình. Trang 60

thấp hơn: dưới về giá trị, chỗ, vị trí, mức độ, thang bậc hoặc thứ hạng. Trang 46

thắng được: vượt trội hơn, làm thất bại, đánh bại. Trang 56

theo dõi: kiểm soát hoặc quản lý. Trang 68

thể liên tục về thời gian: "thể liên tục" là một khoảng, loạt hoặc tổng thể liên tục, không một phần nào của khoảng, loạt hoặc tổng thể này có thể phân biệt được với các phần kế nó trừ phi dùng cách phân chia tùy tiện. "Thể liên tục về thời gian" là một tỷ lệ thay đổi thống nhất được tán thành. Trang 140

thiên lệch: thiên vị hoặc thiên về một người, vật,... cụ thể. Trang 78

thiên thể: 1. trong thuyết duy linh, niềm tin vào một dạng cơ thể linh hồn hoặc một dạng "đúp" của cơ thể. Những nhà duy linh tin rằng thiên thể này có thể tách khỏi cơ thể và khi nó tách khỏi cơ thể, thành phần sẽ là linh hồn *và* tâm trí *cùng với* cơ thể. Điều này trái với Scientology là thetan (linh hồn, chính bản thân người đó) có thể một mình nó *hoàn toàn* tách khỏi cả tâm trí lẫn cơ thể. Trang 66
2. các vật ở trên bầu trời như các ngôi sao hoặc những hành tinh. Trang 86

thiêu cháy: đốt cháy hoặc cháy bỏng với độ nóng gắt. Trang 2

thiêu hủy: phá hủy hoàn toàn như phá hủy bằng lửa. Dùng theo nghĩa bóng. Trang 1

thiếu: không có hoặc không hiện diện. Trang 53

thiếu nghiêm túc: trái với các tiêu chuẩn được chấp nhận là thái độ nhã nhặn hoặc hành vi phù hợp. Trang 116

thoát khỏi (mọi việc): tránh, thoát khỏi, đi xa khỏi. Trang 60

thông qua: bằng phương tiện. Trang 68

thời Cổ đại: các dân tộc, các quốc gia hoặc các nền văn hóa văn minh thời xa xưa. Trang 169

thủ thuật: các kỹ năng hoặc tài nghệ đặc biệt (có thể gây bất ngờ). Trang 160

thủ tục: phương pháp đã được xác lập, chính xác và đúng đắn về cách bắt tay vào một việc gì; một loạt chính xác gồm các bước cần thực hiện để đạt được mục đích. Trang 147

thuật lại: nói cho ai biết về điều gì; miêu tả một sự việc đã xảy ra hoặc một trải nghiệm. Trang 161

thuật ngữ: hệ thống các từ ngữ thuộc về bất kỳ ngành khoa học hoặc chủ đề chuyên biệt nào. Trang 113

thứ tự: chuỗi đứng về mặt giá trị, tầm quan trọng hoặc một số tiêu chuẩn khác. Trang 25

thực thể: một vật có sự tồn tại không phụ thuộc, tách biệt hoặc độc lập; vật tồn tại như một đơn vị riêng biệt. Trang 68

thực thi: thi hành, dùng hoặc thực hành. Trang 147

tỉ lệ mắc: tỉ lệ xảy ra điều gì đó, đặc biệt là điều không mong muốn. Trang 59

tiên đề: sự thật hiển nhiên, như trong hình học. Có năm mươi tám tiên đề Scientology và khoảng hai trăm tiên đề trong Dianetics là những tiên đề có trước các tiên đề Scientology. Trang 85

tiến bộ: có đặc điểm phát triển, tập trung vào liên tục đổi mới, chẳng hạn như đổi mới, vận dụng những ý tưởng, phát minh, các cơ hội, những cuộc thử nghiệm mới. Trang 123

tiến hoá: ý tưởng cho rằng mọi vật thể sống đều đã phát triển từ các sinh vật đơn giản rồi thay đổi qua các thời đại nhằm tạo ra hàng triệu loài khác nhau: học thuyết về sự phát triển của một loài hoặc một sinh vật từ trạng thái ban đầu hoặc nguyên thủy sang trạng thái chuyên biệt hiện nay bao gồm sự thích nghi (hình thức hoặc cấu trúc được điều chỉnh để phù hợp với môi trường thay đổi). Trang 76

tiếng hô xung trận: nghĩa đen là tiếng la, hét của các đội quân trong trận đánh. Nghĩa bóng là tiếng hét nhằm khích lệ hoặc tập hợp đội ngũ; khẩu lệnh. Trang 57

tiếng khóc than: biểu hiện hoặc diễn đạt cảm xúc mạnh, thường là buồn khổ hoặc phiền muộn bằng cách khóc. Trang 3

tiếng nổ như sấm: nghĩa đen là tiếng sấm nổ. Nghĩa bóng là điều gì đó giống như sấm nổ về độ ầm, tính bất ngờ và sức mạnh. Trang 2

tiếp theo: kế đến về mặt thứ tự; đến sau. Trang 22

tiết lộ: giao tiếp kiến thức về; để cho biết hoặc để lộ ra. Trang 116

"tự do cho tất cả mọi người": miêu tả cuộc đấu tranh không có tổ chức, ai tham gia cũng được và thường không có luật lệ. Trang 133

tìm được: bắt đầu biết về; khám phá. Trang 15

tìm phe phái: hỗ trợ một người hoặc nhóm đối nghịch với người hoặc nhóm phía đối lập; ủng hộ cho một phía. Trang 57

tin: hy vọng hoặc mong chờ đầy tự tin. Trang viii

tình huống gay cấn: lúc gặp khó khăn hoặc tình trạng không ổn định (về mặt cảm xúc) đòi hỏi hoặc dẫn đến sự thay đổi mang tính quyết định. Trang 148

tình trạng đê hèn: tình trạng thái vô cùng hèn nhát; biểu lộ sự yếu kém hết sức về ý chí. Trang 2

tình trạng khan hiếm: không đủ khối lượng hoặc không đủ cung cấp; thiếu. Trang 121

tình trạng man rợ: không có văn hóa; tình trạng không có văn minh được đánh dấu bằng tình trạng tàn ác đến rồ dại, tàn bạo. Trang 1

tình trạng mất phương hướng: mối quan hệ sai hoặc không tương thích với những sự thật hoặc những nguyên tắc đã biết; sai hướng hoặc có khuynh hướng sai. Trang 2

Tính quyết định bao trùm: "bao trùm" nghĩa là "khắp" và "tính quyết định" nghĩa là khả năng xác định phương hướng làm việc gì hoặc quyết định về việc gì. Cũng theo cách diễn đạt đó, "tính quyết định bao trùm" có nghĩa là sự sẵn lòng của cá nhân trong việc quyết định hành động của bản thân và của những người khác. Điều đó có nghĩa là tính quyết định rộng hơn chỉ có bản thân. Cá nhân có tính quyết định bao trùm rất kiên quyết trong cả tám động lực. Trang 56

tô điểm: làm thay đổi, gây ảnh hưởng hoặc bóp méo đến mức độ nào đó; làm cho xuất hiện khác với thực chất. Trang 124

tối cao: cao nhất về thứ bậc hoặc tầm quan trọng; chủ yếu. Trang 26

tối ưu: thuận lợi hoặc đáng có nhất, tốt nhất. Trang 67

tôn thờ thể xác: tình yêu, sự dâng hiến hoặc ngưỡng mộ thái quá dành cho thể xác; giống như tình yêu và sự dâng hiến tôn kính dành cho thần thánh, thần tượng hoặc vật thể linh thiêng. Trang 73

tồn tại: 1. tình trạng hoặc trạng thái có thật. Trang 23
2. vẻ ngoài, hiện thực, sự sống. Trang 121

tồn tại mãi: tiếp tục tồn tại; kéo dài; vẫn còn. Trang 86

tới mức độ: đến mức độ mà; đến chừng mực mà. Trang 21

trái tim: phần quan trọng sống còn hoặc thiết yếu; phần cốt lõi. Trang 2

tránh né: giữ cách xa (nơi chốn, người, vật, v.v...), giữ cách xa một cách có chủ định. Trang 58

trạng thái biết: trạng thái hoặc đặc tính của việc biết. Trang 68

trạng thái cứng rắn: những thứ rắn, chắc chắn hoặc và cứng. Trang 46

trạng thái "không biết": ở thời hiện tại chứ không phải ở thời quá khứ hoặc tương lai. Trang 155

trật tự: sự sắp đặt có phương pháp hoặc hài hòa; trạng thái trong đó một vật ở đúng vị trí của nó trong mối liên quan với những vật khác và với mục đích của bản thân nó. Trang 7

trệch: đi ra khỏi hướng đúng, tự nhiên hoặc thích hợp. Trang 79

trên hết: ở phía trước, ở vị trí hoặc địa điểm đầu tiên. Trang 87

trên thực tế: trong lĩnh vực hành động; một cách thực tiễn; thật ra. Trang 59

Trung Quốc: nói tới Trung Quốc vào đầu thế kỷ 20, có đặc điểm là bùng nổ dân số dữ dội, tỉ lệ chết cao và là nơi mà một số người tin rằng mạng sống con người có rất ít giá trị. Trang 95

trường: vùng, khối hoặc không gian nơi tồn tại ảnh hưởng, lực,... cụ thể, đo được về điện. Trang 73

trường đại học George Washington: trường đại học tư được thành lập năm 1821 ở thành phố Washing, DC, Mỹ. Được lấy tên vị tổng thống đầu tiên của Mỹ George Washington (1732 – 1799), trường duy trì các khoa giáo dục khác nhau, kể cả khoa Kỹ thuật và khoa Khoa học ứng dụng. Trường đại học này có lịch sử lâu năm trong việc hỗ trợ hoạt động nghiên cứu về vật lý và các lĩnh vực kỹ thuật khác. Trang vii

trường hợp: 1. toàn bộ nội dung của tâm trí phản ứng. Trang 24
2. thuật ngữ chung để nói về người đang được làm quy trình ứng dụng hoặc đang được giúp đỡ, đặc biệt là người đang được làm quy trình ứng dụng. Trang 150

trường phái Wundt: thuộc về, giống như hoặc do Wilhelm Wundt (1832 – 1920) phát triển. *Xem thêm* **Wundt.** Trang 6

tùy ý: dựa trên đánh giá hoặc lựa chọn hữu dụng thay vì dựa trên bản chất cố định của điều gì đó. Trang 38

tuyến: thuộc về hoặc liên quan đến các tuyến (tế bào, nhóm tế bào hoặc các cơ quan trong cơ thể sản xuất ra chất bài tiết). Ví dụ: tuyến thượng thận tạo ra *hoóc môn thượng thận*, một loại hoóc môn được tiết vào trong máu để đáp ứng lại căng thẳng về thể chất hoặc tâm trí do sợ hãi hoặc thương tích. Nó bắt đầu nhiều phản ứng cơ thể bao gồm kích thích hoạt động của tim và tăng huyết áp. Trang 71

tuột ra khỏi đáy: trong Scientology, điều này miêu tả cá nhân tụt xuống trên Thang sắc thái nhiều đến mức không thể tụt xuống hơn được nữa. Cách nói này hình tượng hóa trạng thái tồi đi còn hơn cả trạng thái chỉ ở dưới tận cùng của chiếc thang không thôi. Tiếp tục tụt xuống từ điểm tận cùng. Trang 162

tư tưởng bè phái: tình trạng có đặc điểm là sự hình thành các *bè phái,* các nhóm tự tìm kiếm người trong một nhóm, một tổ chức, đảng chính trị,... hoạt động theo một sự nghiệp chung chống lại những nhóm khác như thế hoặc chống lại tổ chức chính. Trang 3

tự nhận ra: công nhận hoặc nhận thức về sự tồn tại của bản thân như một cá nhân hoặc linh hồn. Trang 66

tương đương với: đến gần với; tiếp cận sát. Trang 48

ủ ê: buồn rầu; chán nản, tâm trạng chua chát. Trang 78

uy thế: phẩm chất hoặc trạng thái ở vị trí cao. Trang 90

ưa tìm hiểu: tìm những điều có thật, thông tin hoặc kiến thức; muốn biết nhiều hơn nữa. Trang viii

ưu điểm: phẩm chất lý tưởng trong hạnh kiểm của người tốt. Trang 32

vai trò: phần, đặc điểm hoặc chức năng do một người nào đó trong xã hội hoặc trong cuộc sống làm hoặc thực hiện. Trang 2

vấn đề: hai hoặc nhiều mục đích đối lập, hoặc "ý định chống ý định". Trang 1

vật lý hạt nhân: phân ngành của vật lý giải quyết những vấn đề về hoạt động, cấu trúc và những phần cấu thành của trung tâm nguyên tử (gọi là hạt nhân), cái tạo nên gần như toàn bộ khối lượng của nguyên tử. Trang vii

vật lý học: ngành khoa học giải quyết các vấn đề về vật chất, năng lượng, chuyển động và lực, kể cả vấn đề những điều này là gì, vì sao chúng hoạt động như vậy và mối quan hệ giữa chúng, trái với các ngành khoa học về sự sống như sinh vật học là ngành khoa học nghiên cứu và quan sát các sinh vật sống như động vật hoặc thực vật. Trang vii

vẽ biểu đồ: đặt ra hoặc cho thấy quá trình, trạng thái hoặc hướng đi của cái gì đó, như thể với độ chính xác dùng cho việc lập bản đồ đường đi của tàu, vẽ bản đồ của một khu vực, v.v... Trang 56

vẻ ngoài: thể hiện ra bên ngoài, khác với thực chất. Trang 22

về sau này: muộn, gần đây. Trang 66

việc sắp xếp: xếp đặt hoặc đặt; để theo thứ tự. Trang 32

viễn vông: tưởng tượng ra; không thiết thực hoặc không có thực. Trang 2

vô số: quá nhiều đếm không xuể. Trang 26

vô tận: độ vô hạn về thời gian, không gian hoặc số lượng; năng lực, năng lượng, sự ưu tú hoặc kiến thức vô hạn. Trang 39

vô tình: không biết; không có ý định; không có ý thức. Trang 124

Voltaire: (1694 – 1778) tác giả và nhà triết học Pháp, người đã sáng tác một loạt các tác phẩm văn học, thường đả kích sự bất công và lòng thiếu khoan dung. Ông bị đi tù vì viết những tác phẩm bị coi là chế giễu chính quyền. Vào năm 1717, khi chưa mãn hạn tù, ông đã hoàn tất vở kịch đầu tiên và sự thành công của vở kịch này đã đưa ông trở thành nhà viết kịch vĩ đại nhất của Pháp vào lúc đó. Trang 88

vũ trụ: "toàn bộ hệ thống những cái đã được tạo ra". Có thể có (và đang có) nhiều vũ trụ, đồng thời có nhiều loại vũ trụ. Các loại vũ trụ này bao gồm vũ trụ MEST là hiện thực được tán thành gồm vật chất, năng lượng, không gian, thời gian và cả vũ trụ riêng của chúng ta nữa. Trang 5

vua Frederick của nước Phổ: Frederick đệ nhị (1712 – 1786), vua Phổ, một vương quốc ở Bắc Âu và là quốc gia thống trị của cái đã trở thành đế chế Đức. Khi cha ông chết vào năm 1740, Frederick lên ngôi hoàng đế và ngay lập tức bắt đầu nỗ lực mở rộng lãnh thổ nước Phổ bằng cách xâm lược các lãnh thổ khác, và chẳng bao lâu sau biến nước Phổ thành thế lực quân sự hùng mạnh nhất ở châu Âu. Trang 95

vùng giữa các kiếp sống: nơi thetan đi tới trong quãng thời gian giữa việc mất cơ thể cũ và tiếp nhận một cơ thể mới. Trang 77

vững chắc: chắc hoặc chắc chắn. Trang 90

Vương quốc Thiên đường: nói tới lời trong kinh thánh: "Ăn năn: để Vương quốc Thiên đường được gần kề", có nghĩa là Thiên đường nằm trong tầm với hoặc gần sát. *"Vương quốc"* nói tới việc Thượng đế ngự trị trên Thiên đường. Trang 2

Wundt: Wilhelm Wundt (1832 – 1920), nhà tâm lý học và nhà sinh lý học người Đức; cha đẻ của tâm lý học hiện đại và học thuyết sai lầm rằng Con người không hơn gì con vật. Trang 5

xác minh: cho thấy là có giá trị hoặc đúng; chứng minh. Trang 25

xem như: ý nghĩ, niềm tin, giả định hoặc mặc nhiên công nhận. Trang 22

xen vào: đặt ở khoảng thời gian xen giữa những điều khác hoặc trong quá trình đang làm gì. Trang 154

xếp xó: gác sang một bên như kiểu để lên giá, cất đi như thể không còn liên quan gì đến nữa. Trang 102

xẹp: không còn tạo ra thay đổi hoặc phản ứng nữa. Khi một vấn đề ở thời hiện tại xẹp đi, người tiền Clear không cảm thấy mình phải làm gì đó để giải quyết vấn đề đó nữa, chẳng hạn như không cảm thấy phải đi giải quyết việc đó. Trang 157

xóa đi: loại bỏ khỏi tâm trí phản ứng. Trang 155

xoáy trôn ốc suy thoái: tình trạng người hay vật ngày càng tồi đi thì người hay vật đó càng có khả năng tồi đi nữa. "Xoáy trôn ốc" ở đây nói đến chuyển động đi xuống ngày càng nhiều, chỉ thực trạng suy thoái không ngừng, và được coi là có hình thái của đường xoáy trôn ốc. Thuật ngữ này xuất phát từ ngành hàng không, dùng để miêu tả hiện tượng máy bay chuyển động xuống và chuyển động theo đường xoáy trôn ốc thành những vòng tròn nhỏ dần, nhỏ dần, chẳng hạn như khi bị tai nạn hoặc kỳ tích của đường bay lão luyện mà nếu không xử lý có thể dẫn đến hậu quả mất kiểm soát và máy bay rơi. Trang 58

ý tưởng trừu tượng: ý nghĩ, lý lẽ, nghĩa, những điều được xem xét, trái với khối của những thứ đó. Trang 162

yếu tố chủ chốt: nguyên tắc hỗ trợ; yếu tố chính trong một hệ thống; cái mà phần còn lại dựa vào hoặc phụ thuộc vào. Trang 45

yếu tố ngẫu nhiên: chuyển động không dự đoán được. Nó là tỷ lệ: lượng chuyển động đã dự đoán tỷ lệ với lượng chuyển động không dự đoán được của một cá nhân. Cá nhân đó thích có k hoảng 50 phần trăm chuyển động dự đoán được và 50 phần trăm chuyển động không dự đoán được. Trang 96

yếu tố phản kháng: người, vật, v.v... chống đối hoặc có mâu thuẫn với người hoặc vật khác. Trang 160

yếu tố sáng tạo: nói tới trạng thái cấp thấp hơn của sáng tạo, chẳng hạn như khi bắt đầu một sáng tạo mới đối nghịch với sáng tạo cũ sẽ dẫn đến kết quả là tình trạng lẫn lộn và hỗn độn, như trong *"ta vẫn dễ rơi vào tình trạng hỗn độn của yếu tố tư duy, yếu tố sáng tạo hoặc yếu tố sống"*. Trang 25

yếu tố sống: nói tới hành động tồn tại không có sự chắc chắn, khả năng hoặc không biết, nơi cá nhân cho rằng những ảnh hưởng khác đều có thể tác động đến mình và rằng mình có thể tác động đến những ảnh hưởng khác, như trong câu:*"ta vẫn dễ rơi vào tình trạng hỗn độn của yếu tố tư duy, yếu tố sáng tạo hoặc yếu tố sống"*. Trang 101

yếu tố toàn bộ: trạng thái hoặc tính chất hoàn chỉnh, bao gồm tất cả hoặc tổng thể; trạng thái hoàn toàn hoặc trọn vẹn. Trang 90

yếu tố tự động: cái không có kiểm soát; những điều vượt quá sự kiểm soát của cá nhân. Trang 67

yếu tố tư duy: hành động "lo lắng, lo lắng" hoặc "suy nghĩ, suy nghĩ" (lúc nào cũng lo lắng về việc gì đó hoặc lúc nào cũng cố suy nghĩ để luận ra việc gì đó). Yếu tố tư duy dựa trên thực tế là một người không biết, do đó phải nghĩ về điều đó. Giải pháp phụ thuộc vào việc ta đặt thành định đề rằng ta biết và khi ấy ta biết. Để suy nghĩ, ta phải chấp nhận rằng ta phải đi qua một kiểu phương pháp nào đó để đạt tới câu trả lời. Cũng theo nghĩa đó, từ này dùng để nói về việc nếu một người không biết, người đó phải suy nghĩ về điều đó, như trong câu:*"ta vẫn dễ rơi vào tình trạng hỗn độn của yếu tố tư duy, yếu tố sáng tạo hoặc yếu tố sống"*. Trang 101

yếu tố tương phản: vật đối lập với vật khác về sự trái ngược hoặc sự cân bằng. Trang 159

Yoga: trường phái triết học mang tính tôn giáo của Ấn Độ ủng hộ và đặt ra một hướng rèn luyện thể lực và tâm trí nhằm được giải phóng khỏi thế giới vật chất và hợp nhất bản thân với linh hồn tối cao. Trang 113

BẢNG CHÚ DẪN

A

an toàn, 127

ảnh hưởng
an toàn và, 127
"có" và, 128
"làm" và, 126-128
nỗi thất vọng trong việc tạo ra, 127
tạo nên khoảng cách, 128
tạo ra
chú ý và, 127
mục đích cao nhất trong vũ trụ
này, 86, 90, 127

ảnh hưởng nào
không chút, *xem* **"không chút ảnh
hưởng nào"**

ảo giác
định nghĩa, 67

áp đảo
định nghĩa, 158

Aquinas, Saint Thomas, 5

A-R-C
định nghĩa, 48
hiểu và, 48
Thang sắc thái, cơ sở của, 48

As-is, 163
khối, 165

Attila, 95

auditing
buổi, *xem* **buổi làm quy trình**
bước căn bản nhất, 151
điều kiện của, 149
định nghĩa, 114

hóa trị, 123, 126
những điều cần tránh, 164-166
những điều kiện cần thiết cho, 150
phân thân và, 157
thủ tục và quy trình, 149-171
thủ tục, định nghĩa và miêu tả, 150
vấn đề hiện tại, 159
xem thêm **quy trình ứng dụng**

auditor, 6
điểm tập trung chủ yếu đối với, 153
định nghĩa, 114
mục đích của, 114
người nghe, 7
người tiền Clear thấy, 151
tâm trạng không căng thẳng và, 149

B

bác
Bộ luật Auditor và, 115

bài luyện
trong Scientology, 6

bản sao
định nghĩa, 67
năng lượng của, 72

bảo thủ, 46

Bắt đầu-thay đổi-và-dừng, 128, 152-153
chi tiết cấu trúc của, 78
chứng loạn thần kinh chức năng và rối
loạn tâm thần và, 79
đối với vật thể và cơ thể, câu lệnh, 153
nhân tố phục hồi, 158

bất tỉnh
im lặng khi có người bị, 70

bất tử
thetan và, 77

bẫy, 55, 91, 93
giải phóng ta ra khỏi, 93
hoàn hảo, 55
lựa chọn và, 89

bệnh
do tâm trí gây ra, 72

bệnh tâm thể
định nghĩa, 7, 71
quy trình dành cho, 162

bị động
chủ động và, 89, 96
buồn chán và mất cân bằng về, 91
"điểm bị động", định nghĩa, 91
trách nhiệm và, 92

bịa ra, 123
xem thêm **nói dối về**

Bịa ra một vấn đề sánh ngang tầm mức, 159, 160
với chân của anh, 163

biết (trạng thái biết), 70, 125
biết sáng tạo, 24
chú ý và, 125
"không biết" và, 101-102
phục hồi về, 157
tất cả, 142
thetan và, 68

bom Hyđrô, 2

bom nguyên tử, 171

Bộ ba, 160, 161
cách thực hiện, 154
có, 171
"có" và, 158
dạng "không thể có" và "có", 154
người tiền Clear có thể phân thân, 156
thực hiện như thế nào, 156
trạng thái không tỉnh táo được quan tâm đến bằng cách áp dụng quy trình ứng dụng, 171

bộ luật
của Auditor, định nghĩa và bộ luật đầy đủ, 115
của nhà Scientology
10 điểm về, 116

Bộ luật Auditor
định nghĩa và bộ luật đầy đủ, 115

Bộ luật của nhà Scientology, 116

buổi làm quy trình
định nghĩa, 150
giao tiếp hai chiều và, 164
khả năng của auditor trong, 150
theo câu lệnh của auditor, 153
vấn đề hiện tại và, 158

buồn tẻ
vấn đề, phương thuốc giải độc cho, 129

Buồn tẻ, 46

bước sóng
tâm trí, môi trường và, 72
yếu tố tĩnh và không, 85

C

ca mổ
người bệnh bất tỉnh và, 70

cách mạng Pháp, 57

Cái chân anh có thể gây ra vấn đề gì cho anh?, 163

cái chết, 144
linh hồn tách biệt với cơ thể và tâm trí mà không gây ra, 65
miêu tả, 78
phân thân và, 71, 76
sách xưa và hỗn mang sau, 21
thetan và, 77

cảm tình, 45-48
định nghĩa, 45
giao tiếp và, 48
mối quan hệ tới giao tiếp và hiện thực, 47

cảm xúc
A-R-C và, 47
cảm tình và, 46
những phần tử năng lượng và, 46
sắc thái của, 46

cầu giao tiếp
định nghĩa và miêu tả, 165

cơ thể, 65, 73-78
buộc phải ở cách xa, 66

cư ngụ thông thường của thetan trong quan hệ với, 66

điện trường về, 73

định nghĩa, 73

những điểm neo và, 73

thetan tách **biệt** với, 76

chân

Hãy nói với tôi một lời nói dối về (cái chân) của anh, 162

chấp nhận thực thể tính

Bộ luật Auditor và, 115

có lẽ là ưu điểm cao nhất trong các ưu điểm của con người, 32

tình trạng khan hiếm nhân dạng và không, 123

chết

sợ, 2

chi tiết cấu trúc của kiểm soát, 78, 79, 152

chỉ có một

định nghĩa, 56

chỉ số thông minh

có thể tăng, 114

chiếm hữu

cuộc chơi và, 53

chiến tranh, 95

chiều

không gian và quan điểm về các, 86

chính phủ, 57

thất bại trong, 55

chính quyền

lý lẽ và, 1

chính trị

Scientology và, 1

chu trình

định nghĩa, 21

chu trình hành động, 22-26

biểu hiện bên ngoài, 78

định nghĩa, 22

động lực và, 37

miêu tả xưa về, 21

phá hủy và, 23

sáng tạo và, 23

Sáng tạo-sinh tồn-phá hủy, 78

vẻ ngoài của sinh tồn và, 23

ví dụ về, 25

"chu trình hành động" biểu hiện bên ngoài, 23

xem thêm **"chu trình hành động"**

chu trình hành động thực sự

định nghĩa, 23

phá hủy và, 23

xem thêm **chu trình hành động**

chủ động

bị động và, 89

định nghĩa, 91

kiến thức và, 85-96

trách nhiệm và, 92

xáo trộn và mất cân bằng về bị động và, 91

chủ động-khoảng cách-bị động

giao tiếp và, 91

chủ nghĩa cộng sản

chỉ sống có một lần, 66

chú ý, 129

cố định, 70

cuộc chơi và, 141

làm cân bằng luồng, 124

làm chủ sự, 127

nhân dạng và, 124, 125

phương pháp biết, 125

tạo nên không gian, 125

chứng loạn thần kinh chức năng

định nghĩa, 78

gia đình giàu có và, 59

"có" ("có cái gì đó"), 32, 128, 156

Bị động và, 128

biểu hiện của suy giảm, 156

Bộ ba và, 154

định nghĩa, 32

đối thoại kéo dài và, 150

giao tiếp một thôi một hồi không dứt ra được và làm giảm, 164

khả năng của người tiền Clear, 153

khắc phục tình trạng thoái hóa, 156

Nhìn quanh đây và cho tôi biết (chân của anh) có thể có cái gì, 163

phần thưởng của cuộc chơi, 158

rào cản và, 162

rút ngắn khoảng cách, 128

trạng thái không tỉnh táo và mất, 166

con cái, 38

Con người
chu trình hành động và, 22
kiểm soát và ba phần của, 78
phần của, *xem* **phần của Con người**
Scientology và, 171
Scientology, lẽ phải và, 2
tự quyết chống quyết định bao trùm,
57
thích các vấn đề, 129

cuộc chiến
với tình trạng ngu dốt, 1

cuộc chiến tranh
Cuộc chiến tranh cuối cùng của tất cả
mọi người, 1

cuộc chơi
ba yếu tố của, 59
bị buộc phải tham gia, 60
có khả năng tham gia, 60, 102, 157
"có" và, 128, 162
cuộc sống và, 53-60
chi tiết cấu trúc, 162
chơi một
tốt hơn, 108
diễn ra trôi chảy, 94
đều lệch lạc, 140
định nghĩa, 54
động lực và, 56
khả năng tham gia
của người tiền Clear, 153
khi chúng diễn ra, 141
"không biết" và chi tiết cấu trúc của,
162
không chút ảnh hưởng nào và, 91
miêu tả, 141
sẵn lòng thắng hoặc thua, 160
sân chơi, 128, 141, 143
tham gia, 157, 161
tính quyết định bao trùm và, 56
tính tự quyết và, 56
tự do, rào cản và mục đích, 57
vũ trụ và, 88
yếu tố của cuộc chơi, 54, 141

cuộc sống
ba điều kiện của tồn tại và, 32
cuộc chơi và, 54
hạn chế và, 58

những sân chơi của, 88
những yếu tố chỉ đạo của, 60
sở hữu và, 128
tam giác A-R-C và, 45

D

dải thời gian, 77
Dianetics, 5
định nghĩa, 5
động lực bao gồm, 39
tâm trí phản ứng và, 69
Dianetics 55!, 48
Dianetics:Luận điểm khởi thủy, 72
*Dianetics: Ngành khoa học hiện đại về sức
khỏe tâm trí*, 72
dốt nát
lợi dụng, 2
duy vật biện chứng
định nghĩa, 6
dữ liệu
tự sáng tạo, 94
dữ liệu tự sáng tạo, 94
dự đoán
định nghĩa, 102
hành vi con người, 47

Đ

đại học Leipzig, 5
đánh giá
Bộ luật Auditor và, 115
đáp lại, 150
đau
im lặng khi có người bị, 70
Đau buồn, 46
đặt thành định đề
chi tiết cấu trúc của thất bại và, 160
định nghĩa, 60, 85
thetan, suy xét và, 66
đấng sáng tạo, 88
Đấng tối cao, 39
đấu tranh
tính tự quyết và, 135

địa ngục, 77

điểm neo
    định nghĩa, 73
    không gian và, 73

điểm nguồn, 91

điện trường
    cơ thể và, 73
    định nghĩa, 73

điều kiện có cuộc chơi, 140-144
    đã được liệt kê, 142
    miêu tả, 140-144
    quy trình ứng dụng và, 144

điều kiện của tồn tại, 31-32, 37
    định nghĩa, 129
    động lực và, 39
    trò chơi và, 32, 122
    vấn đề và, 129

điều kiện không có cuộc chơi, 95, 140-144
    bất cứ cuộc chơi nào vẫn thích hợp
        hơn, 141
    mất cân bằng về chủ động và bị động,
        96
    miêu tả, 54

định đề
    bị động đối với, 92
    tâm trí và, 68
    thời gian và, 86, 90
    vũ trụ
        đấng sáng tạo ra, 88

định nghĩa
    ảo giác, 67
    áp đảo, 158
    A-R-C, 48
    auditing, 114
    auditor, 114
    bản sao, 67
    bệnh tâm thể, 7, 71
    Bộ luật Auditor, 115
    buổi làm quy trình, 150
    cảm tình, 45
    cầu giao tiếp, 165
    "có", 32
    cơ thể, 73
    cuộc chơi, 54
    chỉ có một, 56

chu trình, 21

chu trình hành động, 22

chu trình hành động thực sự, 22

chủ động, 91

chứng loạn thần kinh chức năng, 78

Dianetics, 5

duy vật biện chứng, 6

dự đoán, 102

điểm bị động, 91

điện trường, 73

điều kiện của tồn tại, 129

định đề, 60, 85

đói chú ý, 124

động lực, 37

động lực Bản thân, 38

động lực Động vật, 38

động lực Linh hồn, 39

động lực Nhân loại, 38

động lực Nhóm, 38

động lực Tình dục, 38

động lực Thứ nhất, 38

động lực Thứ ba, 38

động lực Thứ bảy, 39

động lực Thứ hai, 38

động lực Thứ năm, 38

động lực Thứ sáu, 39

động lực Thứ tám, 39

động lực Thứ tư, 38

động lực Thượng đế, 39

động lực Vô tận, 39

động lực Vũ trụ, 39

giao tiếp, 91

hành động, 21

hành động tự động, 24

hiện thực, 24, 47

hiểu, 48

hình ảnh sao lại trong tâm trí, 67

hóa trị, 122, 125

hóa trị chú ý, 126

hóa trị giả tạo, 126

hóa trị "riêng", 125

hóa trị trao đổi, 125

kiểm soát, 78, 128

kiến thức, 90

kiểu chết êm ái, 74

khoảng thời gian chậm giao tiếp, 165

không biết, 157

không gian, 86
"là", 31
ma két, 67, 72
MEST, 39
năng lượng, 86
người tiền Clear, 113
nhân cách cơ bản, 125
nhớ, 102
những điểm neo, 73
Para-Scientology, 76
phá hủy, 23
Phi sáng tạo, 23
quên, 102
quy trình, 6
quy trình chủ quan, 162
quy trình ứng dụng, 113
riêng, 128
sáng tạo, 23
Sáng tạo–phản-sáng tạo, 23
Sáng tạo-sáng tạo-sáng tạo, 23
Scientology, 5
Scientology Phòng ngừa, 114
sự sống, 85
Sự sống tĩnh, 85
sự thật, 86
tam giác A-R-C, 45
tâm lý, 6
tâm lý học, 6
tâm trí, 67
tâm trí phản ứng, 69
tâm trí phân tích, 68
tình trạng thiếu sáng suốt, 78
thang độ dốc, 151
thắng, 160
thất bại, 160
thetan, 65, 66
thời gian, 86, 102
thủ tục auditing, 150
thua, 160
thực sự, 22
vấn đề, 129
vẻ ngoài, 22
vũ trụ, 87
vũ trụ vật chất, 39
yếu tố tĩnh, 85
yếu tố tự động, 67

đói chú ý
định nghĩa, 124

đồ đạc
quy trình vấn đề sánh ngang tầm mức
đối với người tiền Clear, 163

đối phương, 142

đồng ý
cầu giao tiếp và, 166
giao tiếp và cơ sở cho, 48
hiện thực và, 47

động lực
chu trình hành động và, 39
chú trọng đến một động lực nhiều hơn
các động lực còn lại, 37
cuộc chơi và, 56
điều kiện có cuộc chơi và, 141
điều kiện của tồn tại và, 39
định nghĩa, 37
được liệt kê, 38-39
không gian mở rộng và, 39
nhóm, 38
tám, 37-40
tầm quan trọng tương đối, 37, 40
Thứ ba, 38
Thứ bảy, 39
Thứ hai, 38
Thứ năm, 38
Thứ nhất, 38
Thứ sáu, 39
Thứ tám, 39, 76
Thứ tư, 38
trong Dianetics, 39
trong Scientology, 39
vòng tròn đồng tâm, một loạt, 39

động lực Bản thân
định nghĩa, 38

động lực Động vật
định nghĩa, 38

động lực Linh hồn
định nghĩa, 39

động lực Nhân loại
định nghĩa, 38

động lực Nhóm
định nghĩa, 38

động lực Tình dục
định nghĩa, 38

động lực Thứ ba
định nghĩa, 38

động lực Thứ bảy
định nghĩa, 39

động lực Thứ hai
định nghĩa, 38

động lực Thứ năm
định nghĩa, 38

động lực Thứ nhất
định nghĩa, 38

động lực Thứ sáu
định nghĩa, 39

động lực Thứ tám, 76
định nghĩa, 39
khám phá ra động lực Thứ tám đích
thực, 39

động lực Thứ tư
định nghĩa, 38

động lực Thượng đế
định nghĩa, 39

động lực Vô tận
định nghĩa, 39

động lực Vũ trụ
định nghĩa, 39

động vật
tâm lý học và không có linh hồn, 6

G

gây mê
im lặng hoàn toàn ở khu vực gần người
đang bị, 70

gia đình, 38

giải pháp, 142

giao tiếp, 47, 142
cảm tình và, 48
chấp nhận lời giao tiếp của người tiền
Clear, 150
dung môi cho mọi thứ, 47
định nghĩa, 91
góc quan trọng nhất của tam giác
A-R-C, 47
hoàn toàn, 142
làm giảm yếu tố "có" và giao tiếp một
thôi một hồi không dứt ra được,
164
mối quan hệ với cảm tình và hiện thực,
47

ý định gửi và ý định nhận, 48

giao tiếp hai chiều
quá nhiều trong buổi auditing, 164

giáo dục
dữ liệu tự sáng tạo và, 94
không biết và, 101
man rợ và cấm, 94
trong Scientology, 7

H

hạn chế
cuộc sống và, 58
tự do và, 55

hành động
ảnh hưởng trong sáng tạo, 126
chu trình, *xem* **"chu trình hành
động"**
do tâm trí phản ứng sai khiến, 69
định nghĩa, 21
tự động, định nghĩa, 24

hành động tự động
định nghĩa, 24

hành vi
dự đoán, 47
quy trình ứng dụng cải thiện, 6

hạnh phúc
tham gia vào mọi việc đối với thoát
khỏi mọi việc, 60
trạng thái tâm trí và, 58
"tự do giữa" những rào cản và, 55

**Hãy nói với tôi một lời nói dối về (cái
chân) của anh**, 162
xem thêm **Nói dối về**

Hãy nhìn tôi, 151

hệ thống
cơ thể và kiểm soát, 67

hệ thống tuyến, 71-72

hiện thực
định nghĩa, 24, 47
mối quan hệ với giao tiếp và cảm tình,
47

hiểu
định nghĩa, 48

hiểu biết, 142

hình ảnh sao lại trong tâm trí
định nghĩa, 67
khối cơ thể và, 72

Hitler, 95

hóa trị
bốn, 125
cuộc chơi và, 88
định nghĩa, 87, 122, 125
giả, 125
hóa trị chú ý, 126
hóa trị giả tạo, 126
hóa trị trao đổi, 125
"làm, làm" một việc gì đó, 31, 126
mối lo về sinh tồn của, 128
nhân dạng và, 123
quy trình ứng dụng, 123
riêng của một người, 125
tắc trong, 124
vũ trụ và, 87

hóa trị chú ý
định nghĩa và ví dụ, 126

hóa trị chú ý

hóa trị giả tạo
định nghĩa và ví dụ, 126

hóa trị riêng
định nghĩa, 125

hóa trị trao đổi
định nghĩa và ví dụ, 125

hôn mê thôi miên
miêu tả, 69

hư không
chu trình hành động thực sự và, 23
ngừng sáng tạo và, 24

I

im lặng
ở khu vực gần người bất tỉnh, 70

K

Kaiser Wilhelm, 95

kết luận
tâm trí phân tích và các, 68

kích động
mất yếu tố "có" và, 166

kiểm soát, 142
chi tiết cấu trúc của, 78, 79, 152
chứng loạn thần kinh chức năng, rối
loạn tâm thần và, 79
định nghĩa, 78, 128
đối với các rào cản, 57
hệ thống, 67
những liệu pháp và cơ chế trước đây,
153
phần của Con người và, 79
phục hồi, 157
phục hồi lại cho người tiền Clear, 151
thetan và cơ thể, 66
tính quyết định bao trùm và, 135

kiểm soát, 78-80

kiến thức, 90
bị động và, 92
chủ động và, 85-96
định nghĩa, 90
khao khát, 93

kiếp
cơ thể kiếp sau, 77
trước, 77

kiếp trước, 76

kiểu chết êm ái, 74
định nghĩa, 74

khả năng
đặt thành định đề, 60
là, làm, có, 32
sáng tạo, 60

khả năng lựa chọn
cuộc sống và, 60

khoa học
về sự sống, Scientology và, 96

khoa lý sinh, 73

khoảng cách
cảm tình và suy xét về, 45

khoảng thời gian chậm giao tiếp
định nghĩa, 165
giảm mọi, 115

khối
hình ảnh sao lại trong tâm trí và cơ thể,
72
rào cản và, 55
yếu tố tĩnh và không, 85

không biết
    biết và, 101-102
    cuộc chơi và, 141
    định nghĩa, 157
    hiện tại, quá khứ, tương lai và, 162
    khả năng, 155-157
        người tiền Clear và, 153
    không chú ý và, 125
    mọi thứ, 142

"không biết" quá khứ và tương lai, 141

không chú ý
    phương pháp "không biết", 125

không chút ảnh hưởng nào
    cuộc chơi và, 91, 141
    đối với bản thân, 142
    đối với đối phương, 142
    sinh tồn và, 128

không chút ảnh hưởng nào, 141-144

không đến, 142

không gian
    định nghĩa, 86
    nhân dạng và, 125

không hạnh phúc
    tình trạng thiếu các vấn đề, 59

không tỉnh táo, 129
    những khoảnh khắc, 69

"không thể có", Bộ ba, 154

L

Là, Làm, Có, *xem* **điều kiện của tồn tại**

"làm" ("làm" một việc gì đó)
    ảnh hưởng và, 128
    định nghĩa, 31, 126

"làm" ("làm" một việc gì đó), 32

lệch lạc, 127
    cuộc chơi và, 140
    mẫu số chung của, 77
    suy xét và, 89
    tâm trí và sự, 72

linh hồn, 65, 66-67
    cá nhân là, 76
    cái sáng tạo ra mọi vật, 66
    chủ đề về tâm trí, sự sống và, 26
    không hề có vấn đề gì của bản thân
        mình, 79

    Scientology và nghiên cứu về, 6
    tách biệt với cơ thể mà không chết, 76
    tách biệt với cơ thể và tâm trí, 65

lo lắng
    phòng ngừa, 114

loạn thần kinh chức năng
    tâm trí phản ứng và, 69

luồng
    những điểm neo và luồng điện, 73
    quá lâu theo một hướng, 166

lựa chọn
    khả năng, 60
    quyền tự do, 89

lười nhác, 127

lý do tại sao, 53-60

M

ma két
    định nghĩa, 67

man rợ
    văn minh và, 94-96

MEST
    định nghĩa, 39
    xem thêm **vũ trụ vật chất**

môi trường
    chi phối, 89
    giữ cho người tiền Clear tỉnh táo với,
        162
    hình ảnh sao lại trong tâm trí và, 72
    thetan giải quyết, 164

mối lo
    sinh tồn của nhân dạng và, 128

mối quan tâm
    vấn đề và duy trì, 129

mục đích, 142
    cao nhất trong vũ trụ này, 86, 90, 127
    cuộc chơi và, 57
    mục đích phản mục đích, 58
    quản trị và, 55
    vấn đề và, 158, 162
    vấn đề và xung đột, 59
    yếu tố của cuộc chơi, 54

mục đích đối lập mục đích, 141

mục tiêu, 142
    của quy trình ứng dụng, 67
    của Scientology, 107, 153
    cuộc chơi và, 58
    đạt được, 31

N

Napoleon, 95
năng lực, 55
    quy trình ứng dụng làm cho tốt hơn, 7
năng lượng
    bản sao và, 72
    cảm xúc và những phần tử, 46
    định nghĩa, 86
    những rào cản và, 93
    tâm trí đối với cơ thể, 72
nền văn minh
    trái đất và, 3
nghệ sĩ
    tạo ra ảnh hưởng và, 127
ngoại sáng tạo
    định nghĩa, 80
người
    bận rộn, 59
    bất hạnh, 60
    nói chuyện với một người đang tức
        giận, 47
người bận rộn
    được việc, 59
người tiền Clear
    định nghĩa, 113
    được làm quy trình giữa bản thân và
        môi trường của mình, 164
    giữ cho tỉnh táo với môi trường, 162
    khả năng
        "không biết", 155
        tham gia cuộc chơi, 157
    khả năng của
        là chính mình, 153
    phục hồi khả năng kiểm soát tốt hơn,
        151
    tìm một, 149
    vấn đề về thời gian và không tiến bộ,
        159

người thực hành Scientology
    công nhận, 8
    xem thêm **auditor**
nhà hoạt động tiến bộ
    nhà Scientology và, 1
nhà quản lý giỏi, 58
nhà Scientology
    Bộ luật của, 116
nhàn rỗi, tệ hại, 54
nhân cách cơ bản
    định nghĩa, 125
nhân dạng, 142
    bốn, 125
    chú ý và, 124, 125
    khắc phục tình trạng khan hiếm, 122,
        123, 124
    khép không gian lại, 125
    mối lo về sinh tồn của, 128
    nhận về mình, 31
    phương pháp làm cho được biết đến,
        125
    quy trình về bịa ra, 123
    tắc trong, 124
    thực thể tính và, 122
nhận thức
    tâm trí và, 68
nhất trí
    xã hội và, 94
Nhiệt tình, 46
**Nhìn quanh đây và cho tôi biết (chân của
    anh) có thể có cái gì**, 163
**Nhìn quanh và hãy khám phá những thứ
    tách biệt với anh.**, 161
nhớ
    định nghĩa, 102
    mọi người cố không, 101
những vùng giữa các kiếp sống, 77
nói dối
    cấp bậc thấp nhất của
        sáng tạo, 26
        tính sáng tạo, 159
    dạng thấp nhất của tính sáng tạo, 123
Nói dối về, 123, 126, 129, 157, 159, 160
    Hãy nói với tôi một lời nói dối về (cái
        chân) của anh, 162

P

Para-Scientology, 77
    định nghĩa, 76
phá hủy
    chu trình hành động và, 22, 23
    dùng sức, 24
    dừng mọi cái, 78
    định nghĩa
        và ví dụ, 23
    những cái bản thân sáng tạo, 80
    phản sáng tạo và, 24
Phản kháng, 46
phản sáng tạo, 24
    đau chân và, 25
phần của Con người, 65-80
    kiểm soát và, 79
    thực thể có vị thế cao hơn cả, 74
phân thân, 156
    cái chết và, 76
    do bị cưỡng ép, 70
    định nghĩa, 67
    miêu tả, 67
Phân tích cấu trúc của Gray, 73
Phi sáng tạo, 23, 24
    định nghĩa, 23

Q

quan tâm
    thiếu quan tâm và, 54
quản trị
    năng lực, 55
quên
    định nghĩa, 102
    không biết và, 157
quy trình, 149
    áp đảo, 160, 161
    Bắt đầu-thay đổi-và-dừng, 152
    bịa ra một vấn đề sánh ngang tầm
        mức, *xem* **vấn đề sánh ngang tầm**
        mức
    Bộ ba, *xem* **Bộ ba**
    cầu giao tiếp và, 165
    chính, 162

chủ quan, định nghĩa, 162
định nghĩa, 6
Hãy nói với tôi một lời nói dối về (cái
    chân) của anh *xem thêm* **Nói dối về**
Hãy nhìn tôi, 151
khi nào thì kết thúc, 165
nói dối về, xem **nói dối về**
quá nhiều trong thời gian quá ngắn,
    165
thang độ dốc và, 150
thủ tục và, 149
tính tách biệt, 161
vấn đề sánh ngang tầm mức, 159, 160
quy trình ảnh hưởng, 126
quy trình áp đảo, 160-161
quy trình chủ quan
    định nghĩa, 162
quy trình "có", 160, 161
    khả năng tham gia cuộc chơi, 158
    xem thêm Bộ ba
quy trình "không biết", 155-157
    Anh có thể "không biết" điều gì về
        người đó?, 155
    mục tiêu cuối cùng, 156
    phân thân và, 156
quy trình ứng dụng
    ảnh hưởng, 126
    cuộc chơi và, 59
    điều kiện có cuộc chơi, 144
    định nghĩa và miêu tả, 113
    giao tiếp và, 150
    hành động mang tính trị liệu nhất
        trong, 70
    hóa trị, 123, 126
    hoạt động mang tính đồng đội, 151
    mục tiêu của, 67
    người tiền Clear có thể giải quyết mọi
        khó khăn của mình, 89
    nơi yên tĩnh để làm quy trình ứng
        dụng, 149
    phát huy lợi ích tối đa, 149
    Scientology, 114-119
    tình trạng khan hiếm nhân dạng, 122
quy trình ứng dụng *xem thêm* **auditing**
quy trình, 151-162, 171
    không biết, 155,157
    sử dụng, 162, 164

thủ tục và, 171
thủ tục auditing và, 149
quyền tự do
lựa chọn, 89

R

rào cản
kiểm soát, 93
"tự do giữa" những, 55
yếu tố của cuộc chơi, 54
rắn
cảm tình và, 47
rối loạn tâm thần, 79
tâm trí phản ứng và, 69

S

sáng tạo, 101
biết và, 24
cấp bậc thấp nhất của yếu tố sáng tạo,
159
chu trình hành động và, 22-26
đau chân, 25
khả năng sáng tạo, 60
không có khả năng sáng tạo, 78
lệch lạc và
ngừng, 77
linh hồn và, 66
nói dối, dạng (cấp bậc) thấp nhất của
tính sáng tạo, 26, 123
phá hủy và sáng tạo chống lại, 23
sáng tạo, định nghĩa, 23
tấm lòng và tâm trí tự do, và, 78
thetan đang bị "ngoại sáng tạo", 80
vô thức đối với biết, 25
Sáng tạo–phản-sáng tạo, 23, 26
định nghĩa, 23
Sáng tạo-sáng tạo-sáng tạo
định nghĩa, 23
việc làm và, 26
Sáng tạo-sinh tồn-phá hủy, 78
xoáy trôn ốc suy thoái, 57
xem thêm **"chu trình hành động"**

sánh ngang tầm mức
bịa ra một vấn đề, 159
xem thêm **vấn đề sánh ngang tầm
mức**
sắc thái, 46
Bộ ba và nâng lên, 154
của cuộc chơi, 141
cuộc chơi và, 141
sắc thái cảm xúc, 46
sân
chơi, 128, 141, 143
sân chơi, 128
không gì cả, 143
trò chơi và, 141
Scientology
cách học, 15
định nghĩa, 5
động lực bao gồm, 39
giáo dục trong, 7
hỏi đáp, 5-8
khám phá vĩ đại nhất, 65
khắc phục bệnh tâm thể và, 114
khoa học của cuộc sống, 96
là gì, 5-7
mục đích của, 80
mục tiêu của, 107, 153
nó làm được những gì, 6
nghiên cứu về linh hồn, 6
nhắc nhở, không dạy, 96
nhiệm vụ của, 1
những điều cơ bản của kiến thức và, 90
những nguyên tắc cơ bản của, 15, 26
Phòng ngừa, 114
quy trình ứng dụng *xem* **quy trình ứng
dụng**
sách và dịch vụ, 8
sử dụng
bộ luật trong, 117, 118
tiên đề, 85- 86
tương lai của, 171
ứng dụng của, 7, 8
Scientology Phòng ngừa
định nghĩa, 114
sinh
nhận thức của trẻ mới, 40

sinh nở
  sách xưa và, 21
sinh tồn
  chỉ là một vẻ ngoài, 39
  không chút ảnh hưởng nào và, 128
  thay đổi mọi cái, 78
  xem thêm **Sáng tạo-sinh tồn-phá**
    hủy
sốc điện, 74
sôma
  quy trình giải tỏa, 163
sống chỉ cho ngày hôm nay, 102
sợ
  chết, 2
Sợ hãi, 46
sở hữu
  sống và, 128
suy nghĩ
  cảm tình và, 46
  cơ chế, 101
suy xét
  các tiên đề và
    thường có, 86
  có vị trí trong không gian do, 66
  của chính thetan mới động chạm tới
    thetan được, 91
  chủ động, 90
  không gian, năng lượng, các vật thể,
    dạng và thời gian, 86
  tiên đề và, 85- 86
  tồn tại dựa trên, 89
sự sống
  chủ đề về tâm trí, linh hồn và, 26
  định nghĩa, 85
  mẫu số chung của, 90
  phần, 37
  Scientology, khoa học về, 96
  tư duy, vũ trụ vật chất và mối liên quan
    với, 87
Sự sống tĩnh
  định nghĩa, 85
sự thật
  định nghĩa, 86
  tiên đề và sự thật căn bản nhất, 86

T

tái kích thích
  tâm trí phản ứng và, 70
Tam giác A-R-C, 45-48
  công cụ trong các mối quan hệ con
    người, 48
  định nghĩa, 45
  mẫu số chung cho tất cả các hoạt động
    của cuộc sống, 45
rộng ở mức độ thanh thản, bị cô đặc lại ở
  mức độ vật chất, 47
tám động lực, *xem* **động lực**
tạo ra
  ảnh hưởng, 127
  kiến thức và, 90
tâm lý
  định nghĩa, 6
tâm lý học
  định nghĩa, 6
  phủ nhận linh hồn và, 6
tâm trí, 65,67- 73
  ba phần chính của, 68
  bao gồm, 72
  chủ đề về linh hồn, sự sống và, 26
  định nghĩa, 67
  nghiên cứu, 2
  nhận thức, định đề và, 68
tâm trí cấp cơ thể, 68, 71-73
  không "suy nghĩ", 71
  miêu tả, 71
tâm trí phản ứng, 68,69- 71
  cơ chế kích thích-phản ứng, 69
  định nghĩa, 69
tâm trí phân tích
  định nghĩa, 68
  tâm trí cấp cơ thể và, 71
tê mê
  mất yếu tố "có", 156, 166
tên tội phạm
  ảnh hưởng và, 127
  miêu tả, 127
tính quyết định bao trùm, 59,134- 135
  bịa ra các vấn đề và, 135

điều kiện "không có cuộc chơi" và, 142

định nghĩa, 134

kiểm soát và, 78

tính tách biệt

tự do và, 162

Tính tách biệt (quy trình), 161

tính tự quyết, 134- 135

cuộc chơi và, 56

điều kiện có cuộc chơi và, 142

mục tiêu của Scientology và, 153

tổ chức

cải thiện dùng Scientology, 7

Tôi là ai?, 151

tội phạm

dốt nát và ngu xuẩn, 2

tôn giáo, 77

có khả năng giải quyết Con người, 171

chẳng thay đổi chính kiến của bất cứ người nào, 3

Đấng sáng tạo ra vũ trụ vật chất này, 88

Scientology và, 6

tồn tại

cấp tồn tại cao hơn, 73

dựa trên những suy xét, 89

điều kiện của, *xem* **điều kiện của tồn tại**

lý do để, 53

thang độ dốc

định nghĩa, 151

quy trình và, 150

Thang sắc thái

cảm tình, hiện thực, giao tiếp và, 47, 48

giao tiếp một thôi một hồi không dứt ra được và, 164

Thanh thản, 46, 142

đỉnh của tam giác A-R-C, 47

Thành Cát Tư Hãn, 95

thành công

phụ thuộc vào, 95

thay đổi

biểu hiện chính của thời gian., 86

sinh tồn và, 78

thay đổi ý định

điều dễ dàng nhất mà thetan làm, 164

liệu pháp quan trọng nhất đó là, 160

thắng, 142

định nghĩa, 160

khả năng có thể, 142

sẵn lòng thua hoặc, 160

thất bại

cuộc chơi và lặp đi lặp lại, 91

định nghĩa, 160

trong kinh doanh và chính phủ, 55

thetan

bẫy và, 89

cái chết

giả bằng cách "quên", 77

không thể trải nghiệm, 77

có thể ở một trong bốn trạng thái, 66

đang bị ngoại sáng tạo, 80

điều dễ dàng nhất mà thetan làm, 164

điều khó khăn nhất thetan làm, 164

định nghĩa, 65, 66

đổi ý, 164

năng lực, 76

tâm trí cấp cơ thể và, 71

tâm trí phân tích và, 68

tâm trí và, 67, 68

thực thể có vị thế cao hơn cả, 74

trở thành bị bẫy như thế nào, 91

thetan *xem thêm* **linh hồn**

thể liên tục về thời gian

cuộc chơi, người chơi và, 141

thế chủ động

sẵn lòng ở, 96

thiên đàng, 77

thiên thể

linh hồn đối với, 66

thiếu quan tâm, 54

thoái hóa

thetan dễ bị, 67

thói quen, 114

chứng loạn thần kinh chức năng và, 79

thông tin

có giá trị tới chừng mực bạn sử dụng được thông tin ấy, 96

thời gian
định nghĩa, 86, 102
"không biết" quá khứ và tương lai, 155
phản ứng, cải thiện về, 114
thể liên tục, cuộc chơi và, 141
vẻ ngoài của, 86

thời gian phản ứng
cải thiện về, 114

Thù địch ngấm ngầm, 46

thủ tục auditing và, 171

thủ tục,150- 171

thua, 142
định nghĩa, 160
khả năng có thể, 142
sẵn lòng thắng hoặc, 160

thực sự
định nghĩa, 22

thực thể, 32, 67

thực thể tính
chấp nhận, 122
Bộ luật Auditor và, 115
khả năng trong, 32
không, 123
định nghĩa của "là" ai hay cái gì, 31
nhân dạng và, 122
thực thể tính, "làm" và "có" , 129
ví dụ, 31

Thượng đế
sáng tạo và, 26

Tiên đề 10, 90, 127

tiên đề của Scientology,85- 86

tình dục
ham muốn, 77

tình trạng hỗn độn, 21, 24
hai cách sáng tạo đối nghịch, 24

tình trạng khan hiếm
cuộc chơi, 141, 158

tình trạng ngu dốt
cuộc chiến với, 1

tình trạng thiếu sáng suốt
định nghĩa, 78
nhàn rỗi và "khan hiếm vấn đề", 129

trách nhiệm
chủ động và, 92
kiếp sau và, 77

vô, 94

trạng thái điên khùng
phản sáng tạo, 26

trạng thái không tỉnh táo
mất yếu tố "có" và, 166

trạng thái nghịch đảo
thetan và, 66

trạng thái sáng suốt
phục hồi, 102

trí thông minh, 6
nâng cao bằng quy trình ứng dụng, 6

trò chơi
Ba điều kiện của tồn tại và, 32, 122

Trung Quốc, 95, 127

trường
điện, định nghĩa, 73

trường hợp
vấn đề hiện tại và bị sa lầy, 166

tư duy
biết và "không biết" và, 101
đồng ý với tư duy đã được tán thành, 92
mặt ưu và nhược, 155
tạo ra, 90
tiên đề và, 87
trạng thái as-is của, 163
xoá đi, 163

từ ngữ
tâm trí phản ứng và, 69

tự do
hoàn toàn, 55
không hạnh phúc và, 58
rào cản và, 54
Tự do không bị ràng buộc, 55
vấn đề và, 129

Tức giận, 46

tương lai
của Scientology, 171
cuộc chơi và "không biết", 141, 142

V

văn minh
man rợ và,94- 96

vấn đề, 142
  Cái chân anh có thể gây ra vấn đề gì cho anh?, 163
  chi tiết cấu trúc của, 158
  duy trì mối quan tâm, 129
  điều kiện của tồn tại và, 129
  định nghĩa, 129, 135
  hiện tại, *xem* **hiện tại**
  làm giảm, 163
  lợi ích của việc bịa ra, 135
  mối liên quan với tính quyết định bao trùm, 135
  những vấn đề của người khác, 79
  phương thuốc giải độc cho tình trạng không tỉnh táo, 129
  quy trình sánh ngang tầm mức, 159
  quy trình về các vấn đề sánh ngang tầm mức *xem thêm* **vấn đề sánh ngang tầm mức**
  tạo ra các vấn đề giả, 59
  tình trạng khan hiếm, 129
  tính cần thiết biểu hiện bên ngoài của, 135
  thiếu, 59
  xung đột giữa các mục đích và, 59

vấn đề hiện tại, 158
  bắt đầu buổi auditing và, 158
  người tiền Clear không tiến bộ và, 159
  trường hợp bị sa lầy và, 166

vấn đề sánh ngang tầm mức,159- 160, 163

vật thể
  bao gồm các, 86

vẻ ngoài
  định nghĩa, 22
  hiện thực và, 24

Voltaire, 88

Vô cảm, 46, 164
  và dưới, 46

vũ trụ
  ba loại, 87
  của bản thân ta, 87
  của người khác, 87
  cuộc chơi và, 88
  định nghĩa, 87
  không, 143
  mục đích cao nhất trong vũ trụ này, 86, 90, 127
  những nguyên tắc căn bản của, 87
  những sân chơi của cuộc sống, 88
  quy luật cơ bản về, 88
  thetan tách biệt với, 66
  vật chất, *xem* **vũ trụ vật chất**

vũ trụ của bản thân ta, 87

vũ trụ của người khác, 87

vũ trụ vật chất, 39, 67, 87
  bước ứng dụng trực tiếp tiếp cận, 162
  Đấng sáng tạo ra, 88
  điều khiển cơ thể trong, 67
  định nghĩa, 39
  một trong ba vũ trụ, 87
  những điểm neo,không gian và, 73
  sáng tạo của, 87
  sự sáng tạo đã được tán thành và, 87
  Tạo hóa của, 76
  tâm trí đối với, 72
  tâm trí và, 67
    các hình ảnh, 68

vua Frederick của nước Phổ, 95

W

Wilhelm, Kaiser, 95

Wundt, 5

X

xoáy trôn ốc suy thoái, 57

xung đột
  giữa các mục đích, 59

Y

ý định
  thay đổi, 160, 164
  thất bại và, 160
  vấn đề về, 129
  ý định đối lập ý định, 135, 141

ý thức
  tâm trí phân tích và, 69

ý tưởng
để cho vượt ra ngoài tầm với của mình, 25
ý tưởng trừu tượng, 164
tránh trong quy trình ứng dụng, 164
yếu tố sống, 101

yếu tố tĩnh, 85
có khả năng về, 85
định nghĩa, 85
yếu tố tự động
định nghĩa, 67

MỞ KHÓA NHỮNG CÁNH CỔNG
ĐI TỚI TƯƠNG LAI TỐT ĐẸP HƠN

LẬP NHÓM
SCIENTOLOGY

Cuộc sống đang làm bạn buồn chán? Scientology có thể đưa bạn lên tới đỉnh cao.

Xích mích trong gia đình? Scientology sẽ giúp bạn lấy lại hòa thuận trong gia đình.

Rắc rối trong công việc? Scientology có các giải pháp.

Vì đây là tôn giáo đầu tiên hoàn toàn thực tiễn trên thế giới, có chứa kỹ thuật chính xác để giải quyết *mọi* tình huống mà cuộc sống đặt ra.

Hãy sử dụng Scientology để tự giúp mình. Sử dụng Scientology để giúp bạn bè của mình.

Bằng cách nào?

Lập nhóm Scientology!

Việc này rất dễ dàng, rất thú vị và đổi đời nữa.

Bởi vì Scientology *có hiệu quả*.

Để biết thêm thông tin
xin liên hệ nhà xuất bản

email: info@bridgepub.com
hoặc info@newerapublications.com
hoặc xem phần *Địa chỉ* trong phần phụ lục.